ഫീമെയ്ൽ സെക്സിസ്റ്റുകൾ ഉണ്ടാകും കാലം

നസീം ബീഗം

തിരുവനന്തപുരം ജില്ലയുടെ അതിർത്തി ഗ്രാമമായ ഇടവയിൽ ജനിച്ചു. മലേഷ്യയിൽ കുട്ടിക്കാലം ചെലവിട്ട ശേഷം കേരളത്തിൽ വിദ്യാഭ്യാസം പൂർത്തിയാക്കി. 2014-ൽ My Mother Did Not Go Bald എന്ന പേരിൽ ആദ്യത്തെ പുസ്തകം ഇംഗ്ലിഷിൽ പ്രസിദ്ധീകരിച്ചു. ഫീമെയിൽ സെക്സിറ്റുകൾ ഉണ്ടാകും കാലം ആദ്യത്തെ മലയാളം പുസ്തകമാണ്. ഇംഗ്ലിഷ് സാഹിത്യത്തിൽ ബിരുദാനന്തര ബിരുദവും ജേണലിസത്തിൽ ബിരുദാനന്തര ബിരുദ ഡിപ്ലോമയുമുണ്ട്. കൂടാതെ ബിഎഡ് ബിരുദധാരിയുമാണ്. വിവിധ വിദേശരാജ്യങ്ങൾ സന്ദർശിച്ചിട്ടുണ്ട്. 1999 മുതൽ ഇന്ത്യയിലും വിദേശ രാജ്യങ്ങളിലുമായി അച്ചടിമാധ്യമ രംഗത്ത് പ്രവർത്തിക്കുന്നു.

ഫീമെയ്ൽ
സെക്സിസ്റ്റുകൾ
ഉണ്ടാകും കാലം

നസീം ബീഗം

FEMINGO BOOKS

2023

വില: 220 രൂപ

Female Sexistukal Undakum Kaalam
By Nazeem Beegum
Malayalam

Published by:-
FEMINGO BOOKS
femingobooks@gmail.com
Ph: 90740 98776, 8301034604

Cover Design:
Maxlab
Picture Courtsey:
Freepik

Printed in India
at Max

Edition:
First Editon June 2023
Copies: 1000

Price: Rs. 220

ISBN: 978-93-91085-85-8

പ്രസാധകക്കുറിപ്പ്

ഇതൊരു സ്ത്രീപക്ഷരചനയാണ്. വെണ്ണക്കൽ സൗധങ്ങളാകുന്ന കോർപ്പറേറ്റ് ബിസിനസ് ലോകത്തിന്റെ അകത്തളങ്ങളിൽ നിന്നുയരുന്നത് പ്രൊഫഷണലിസത്തിന്റെ പ്രഭാവമല്ല, മറിച്ച് ഉപജാപങ്ങളുടെ ദുർഗന്ധമാണെന്ന് നസീം ബീഗം എഴുതുമ്പോൾ അത് അവിശ്വസിക്കേണ്ടതില്ല. കാരണം, ഇതു പൊയ്മുഖമണിഞ്ഞുള്ള കപടവിവരണങ്ങളല്ല, മറിച്ച് യാഥാർത്ഥ്യങ്ങളുടെ തുറന്നെഴുത്താണ്. രണ്ടു ഭാഗങ്ങളായാണ് 'ഫീമെയിൽ സെക്സിസ്റ്റുകൾ ഉണ്ടാകും കാലം' എന്ന പുസ്തകം അവതരിപ്പിച്ചിരിക്കുന്നത്. ആദ്യത്തെ ഇരുപത്തഞ്ച് അധ്യായങ്ങൾ, നസീം ബീഗം പല സമയങ്ങളിൽ ഫേസ് ബുക്കിലും ബ്ലോഗിലും മറ്റു പ്രസിദ്ധീകരണങ്ങളിലും എഴുതിയ കുറിപ്പുകളാണ്. അവ സമകാലികവിഷയങ്ങളെ അപഗ്രഥിച്ച് എഴുതിയവയാണ്. അവയിൽ ശക്തമായ വിമർശനങ്ങളുണ്ട്, സമൂഹത്തിനു നേർക്കു പിടിച്ച തെളിഞ്ഞ കണ്ണാടിയാണ് ആ അധ്യായങ്ങൾ. യാഥാർത്ഥ്യത്തിന്റെ വികൃത ചിത്രങ്ങൾ കാഴ്ചയെ അലോസരപ്പെടുത്തുമ്പോൾ കണ്ണാടിയെ കല്ലെറിയാതിരിക്കുക.

രണ്ടാമത്തെ ഭാഗം, ഒരു പത്രപ്രവർത്തകയുടെ ജീവിതസാക്ഷ്യമാണ്. ഒന്നു പറയാം, വായിച്ചു മുന്നേറുമ്പോൾ സൂക്ഷിക്കൂ, അക്ഷരത്തലപ്പേറ്റു മുറിവേൽക്കാതിരിക്കാൻ. ഇതൊരു ഫെമിനിസ്റ്റ് എഴുത്താണ്, ഒരു യഥാർത്ഥ ഫെമിനിസ്റ്റ് എഴുത്ത്.

അഭിമാനത്തോടെ,

ദുർഗ മനോജ്
ഫെമിൻഗോ ബുക്സ്

അധ്യായം

ഭാഗം ഒന്ന്

ഭാഗം രണ്ട്

സെക്സിസ്റ്റ്:
സ്ത്രീകളെ ലിംഗപരമായ വേർതിരിവോടെ കണക്കാക്കുന്ന വ്യക്തി അഥവാ സ്ത്രീവിരുദ്ധനിലപാട് കൈക്കൊള്ളുന്നവർ.

ഫീമെയിൽ സെക്സിസ്റ്റ്:
നിഘണ്ടുവിൽ ഇനിയും എത്തിയിട്ടില്ലാത്ത വാക്കായതിനാൽ ഇതിന്റെ അർത്ഥം പുസ്തകം വായിച്ച ശേഷം വായനക്കാർക്ക് സദയം കണ്ടെത്താവുന്നതാണ്.

ഭാഗം ഒന്ന്

കണ്ടതും കേട്ടതും...

(ബ്ലോഗുകൾ, ലേഖനങ്ങൾ, ഫേസ്ബുക്ക് കുറിപ്പുകൾ)

1

അവൾ ഭാവനയാണ്, ഇരയല്ല

പലതരം ഫെമിനിസ്റ്റുകളുണ്ട്. അതിൽ പ്രധാനപ്പെട്ടവർ രണ്ടു കൂട്ടരാണ്, ഒന്ന്: ബോൺ ഫെമിനിസ്റ്റ്, തനിക്കു ചുറ്റുമുള്ള അസമത്വങ്ങൾ, അനീതികൾ, അടിച്ചമർത്തലുകൾ ഇവ കണ്ടാൽ സടകുടഞ്ഞെഴുന്നേറ്റു പ്രതികരിച്ചു പോകുന്നവൾ. രണ്ട്: ഇൻസ്റ്റന്റ് ഫെമിനിസ്റ്റ്, ലൈംഗികചൂഷണത്തിനിരയാകുമ്പോൾ മാത്രം തിരിച്ചറിവ് ഉണ്ടാകുന്നവർ.

സമൂഹത്തിൽ ശ്രദ്ധ നേടാൻ സാധിക്കുന്നതു രണ്ടാമത്തെ കൂട്ടർക്കാണ്. അടുത്തകാലത്തു കേരളത്തിൽ ജനശ്രദ്ധ നേടിയ സിനിമാമേഖലയിൽ നിന്നുള്ള സ്ത്രീപക്ഷ സംഘടന രണ്ടാമത്തെ ഗണത്തിൽപ്പെടുന്ന ഒരുകൂട്ടം സ്ത്രീകൾ ചേർന്ന് രൂപപ്പെടുത്തിയതാണ്. ഭാവന എന്ന നടി പട്ടാപകൽ കൊച്ചിയിലെ ഒരു കൂട്ടം തെമ്മാടികളുടെ അതിക്രമത്തിന് ഇരയായ സംഭവത്തെ ധൈര്യപൂർവം തുറന്നുപറഞ്ഞതു മറ്റുനടിമാർക്കു പ്രചോദനമായപ്പോൾ ഉണ്ടായതാണ് വിമെൻ ഇൻ സിനിമ കളക്ടീവ്.

ഇപ്പോൾ അതിലെ അംഗങ്ങളെല്ലാവർക്കും ഫെമിനിസ്റ്റ് എന്ന ലേബൽ വീണുകഴിഞ്ഞു. വെള്ളിത്തിരയുടെ ഗ്ലാമറിൽ നില്ക്കാൻ ശ്രമിക്കുന്നവരാണു സിനിമാനടികൾ. സ്വതന്ത്രചിന്താഗതിയുള്ളവർക്ക് തീരെ പറ്റിയതല്ല അഭിനയരംഗം എന്നു പലവട്ടം കാലംതന്നെ തെളിയിച്ചുകഴിഞ്ഞു. ചലച്ചിത്ര മേഖലയിലെ സ്ത്രീകൾ തുറന്നു സമ്മതിക്കില്ല എങ്കിലും ഹോളിവുഡ് ആയാലും മോളിവുഡ് ആയാലും സ്ത്രീകളുടെ അവസ്ഥ എല്ലായിടത്തും ഒരുപോലെയാണ് എന്നതാണു നഗ്നസത്യം. മറ്റേതൊരു മേഖലയിലേയും പോലെ സ്ത്രീകൾ മലയാളസിനിമാമേഖലയിലും പുരുഷകേന്ദ്രീകൃതമായ കീഴ്വഴക്കങ്ങൾക്കു വിധേയരായിട്ടാണു പെരുമാറുന്നത്. അതുകൊണ്ടു തന്നെ വിമെൻ ഇൻ സിനിമ കളക്ടീവ് എന്ന

സംഘടനക്ക് മലയാളസിനിമാരംഗത്തുള്ള സകലസ്ത്രീകളേയും ഒരു കുടക്കീഴിൽ അണിനിർത്താൻ സാധിക്കില്ല. ഈ പച്ചയായ സത്യത്തെ ഉൾക്കൊള്ളാൻ അവരും അവരെ പിന്തുണക്കുന്ന ഫെമിനിസ്റ്റുകളും മടിച്ചുനിന്നിട്ടു കാര്യമില്ല. അതു മനസ്സിലാക്കിയവർ സ്വമേധയാ സംഘടന വിട്ടുപോവുകയും ചെയ്തു. അമ്മ എന്ന താരസംഘടനയിൽ സ്ത്രീകൾക്കു സ്വതന്ത്രമായി പ്രവർത്തിക്കാനോ അവരുടെ ആവലാതികൾ അവതരിപ്പിക്കാനോ സാധിക്കാതെ വന്നപ്പോഴാണല്ലോ വിമെൻ ഇൻ സിനിമ കളക്റ്റിവ് ഉണ്ടായത്. ഇടതുപക്ഷ സഹയാത്രികനായ ആഷിഖ് അബു ഒപ്പമില്ലായിരുന്നെങ്കിൽ റിമ കല്ലിംഗൽ എന്ന ഫെമിനിസ്റ്റ് സ്വരം മലയാള സിനിമയിൽ നിന്ന് ഉയർന്നു കേൾക്കുമായിരുന്നോ എന്നു സംശയമാണ്. കാസ്റ്റിംഗ് കൗച്ച് ഉണ്ടെന്നു തന്റേടത്തോടെ പറഞ്ഞ പാർവതിക്കു സിനിമയിൽ നിന്നു നേരിട്ട മോശമായ അനുഭവം കൊണ്ട് പിന്നീടു തിരിച്ചറിവ് ഉണ്ടായി. അതുപോലെ തന്നെയാണ് ഗീതു മോഹൻദാസ് തുടങ്ങി മറ്റുപലരുടേയും കാര്യം. മീ ടൂ എന്നു പറയാത്തവരാണ് 99.9 ശതമാനം നടികളും. കാരണം അവർക്കറിയാം വിട്ടുവീഴ്ചകളുടേതാണ് സിനിമാരംഗം എന്ന്. അവർ കടന്നുവന്ന വഴികളും അതാണ്.

സിനിമ എന്ന കലയോടുള്ള ആഭിമുഖ്യം മാത്രം കാരണമാണ് പലരും സിനിമയിൽ എത്തുന്നത് എന്നു തോന്നുന്നില്ല. ഒരു ചാൺ വയറിനു വേണ്ടി സിനിമയിൽ എത്തി ജീവിതം ഹോമിക്കേണ്ടിവന്ന എത്രയോ നല്ല നടികളെ മലയാളത്തിലും അന്യഭാഷകളിലും കണ്ടിരിക്കുന്നു. ദാരിദ്ര്യത്തിൽ നിന്നു കരകയറാനുള്ള ഏറ്റവും എളുപ്പമുള്ള മാർഗത്തിൽ നിന്നും ചുളുവിൽ പ്രശസ്തരാകാനും കാശുണ്ടാക്കാനും കള്ളപ്പണം വെളുപ്പിക്കാനുമുള്ള മേഖലയായി സിനിമ രംഗം മാറിക്കഴിഞ്ഞു. പലതരം കൊടുക്കൽ വാങ്ങലുകൾ നടക്കുന്ന മേഖലയിൽ സ്വന്തമായ ഒരിടം സ്ത്രീകൾക്ക് ഉണ്ടാക്കിയെടുക്കാൻ ശ്രമിക്കേണ്ടതുണ്ട് എന്നതിൽ സംശയമില്ല. എന്തു വിട്ടുവീഴ്ച ചെയ്തും സിനിമയിൽ കയറിപ്പറ്റുക എന്ന ഒരു കാര്യത്തിൽ മാറ്റം വരുത്തിയാൽത്തന്നെ സ്ത്രീകൾ ഇന്നു നേരിടുന്ന പല പ്രശ്നങ്ങൾക്കും പരിഹാരമാകും. അങ്ങനെ വന്നാൽ ചൂഷണത്തിനു മുതിരാൻ പ്രൊഡ്യൂസർമാർ, ഡയറക്ടർമാർ, നടന്മാർ തുടങ്ങി ഡ്രൈവറും ടെക്നീഷ്യന്മാരും വരെ മടിക്കും. പഴയകാല നടികളിൽ ഇന്ന് ഷീല, ജയഭാരതി, കവിയൂർ പൊന്നമ്മ എന്നിവർ മാത്രമാണ് ജീവിച്ചിരിക്കുന്നവർ. ഏറെക്കഥകൾ പറയാൻ

സാധിക്കുമായിരുന്ന സുകുമാരി മരിച്ചുപോവുകയും ചെയ്തു. If you want to change a system, you have to be in the system, ഏതോ സിനിമയിൽ കേട്ടിട്ടുണ്ടിത്. സ്ത്രീകൾ പുരുഷന്മാർക്കൊപ്പം നിന്നുകൊണ്ടു പൊരുതണം. അതിലൂടെയേ സമത്വം ലഭിക്കുകയുള്ളൂ. ഫെമിനിസ്റ്റ് കൊടിപിടിച്ചതു കൊണ്ടുമാത്രം യാതൊന്നും മാറാൻപോകുന്നില്ല. ഒരു ഫെമിനിസ്റ്റ് സംഘടനയുടേയും പിൻബലമില്ലാതെ ആണ് ഭാവന താൻ ആക്രമിക്കപ്പെട്ടു എന്ന് ധൈര്യപൂർവം സ്വയം വെളിപ്പെടുത്തുന്നത്.

പക്ഷേ, കോടതി നടപടികളുടെയും മാധ്യമധർമ്മത്തിന്റെയും പേര് പറഞ്ഞ്, നടി, അതിജീവത എന്നൊക്കെ വളച്ചുകെട്ടി സ്വകാര്യഇടങ്ങളിൽ പോലും അവരുടെ ഐഡന്റിറ്റി നഷ്ടപ്പെടുത്തുന്ന വിധം പെരുമാറുന്ന രീതി സ്ത്രീസമൂഹവും മാധ്യമങ്ങളും കൈക്കൊള്ളുന്നു. പത്രമാധ്യമങ്ങളിലെ നിലവിലുള്ള ശൈലി മാറണം. അതിനു ചങ്കൂറ്റമുള്ള എഡിറ്റർമാർ ഉണ്ടാകട്ടെ. വർഷങ്ങൾക്കു മുൻപ് മയക്കുമരുന്ന് നൽകി നാല്പതിലധികം കശ്മലന്മാർ ഒരു മാസത്തിലേറെ പിച്ചിച്ചീന്തിയ പതിനാറുകാരിക്ക് നീതി ലഭിച്ചിട്ടില്ല, ഇന്നും അവൾ ജീവച്ഛവമായി നമ്മുടെ ഇടയിൽ കഴിയുന്നു. സൂര്യനെല്ലി പെൺകുട്ടി എന്ന് നമ്മൾ അവൾക്കു പേരു നൽകി അവളെ കൂട്ടിലടച്ചു. മറ്റു നാടുകളിൽ ലൈംഗികപീഡന കുറ്റവാളിക്ക് എതിരായി ജനം അണിനിരക്കുമ്പോൾ, സ്ത്രീയെ അമ്മയായും ദേവിയായുമൊക്കെ ആരാധിക്കുന്ന ഇന്ത്യയിൽ സ്ത്രീയുടെ കയ്യിലിരുപ്പ് കൊണ്ടാണ് അബദ്ധത്തിൽ ചെന്നു ചാടിയതെന്നു കരുതുന്നവരാണ് ഭൂരിപക്ഷവും. പിന്നീട്, എന്നെന്നേക്കുമായി അവളുടെ ഊരും പേരും നഷ്ടപ്പെടുത്തുന്നു ജനങ്ങളും ഭരണസംവിധാനങ്ങളും. സൂര്യനെല്ലി കേസിൽ പ്രതിചേർക്കപ്പെട്ട നേതാവിനെ യാതൊരു ഉളുപ്പില്ലാതെ പാർലമെന്റിൽ വരെ എത്തിച്ച രാഷ്ട്രീയ സംസ്കാരമുള്ള കേരളത്തിൽ ഒരു നടിക്ക് നീതി ലഭിക്കണമെങ്കിൽ നീതിന്യായ വ്യവസ്ഥകൾ പലതും മാറണം. പീഡനത്തിന് ഇരയാകുന്ന സ്ത്രീയുടെ ഒരു മൊഴി മതി പ്രതിയെ ജയിലഴികളിൽ അടക്കാൻ എന്ന തട്ടിപ്പു വാചകം മുതൽ അതു മാറണം. എല്ലാ നിയമസംവിധാനങ്ങളും പുരുഷന്മാർക്കുള്ളതാണ്. അത് സ്ത്രീപക്ഷത്തെന്നു വെറുതെ ദ്യോതിപ്പിക്കുക മാത്രമാണ് ഭരണകൂടങ്ങൾ ചെയ്യുന്നത്.

പുരുഷാധിപത്യം ഉണ്ടാകുന്നത് പുരുഷൻ പറയുന്നതെല്ലാം അപ്പടി അനുസരിച്ചു ജീവിക്കുന്ന സ്ത്രീകൾ കാരണമാണ്. ഭൂരിപ

ക്ഷം മലയാളി സ്ത്രീകളും അതിൽ നിർവൃതി അടയുന്നവരാണ്. കേരളം ഇന്നുവരെ കണ്ടിട്ടുള്ള ഏറ്റവും വലിയ ഫെമിനിസ്റ്റുകൾ എന്റെ അഭിപ്രായത്തിൽ വി.ടി. ഭട്ടതിരിപ്പാട്, ഇ.എം.എസ്. നമ്പൂതിരിപ്പാട് എന്നിവരാണ്. കേരളത്തിലെ സ്ത്രീകളായ ഫെമിനിസ്റ്റുകൾ അക്കാദമികരംഗത്തും രാഷ്ട്രീയരംഗത്തും മാത്രം ഒതുങ്ങിനിൽക്കുന്നവരാണ്. അവർക്കൊന്നും സാമൂഹികരംഗത്ത് പ്രത്യേകിച്ച് ചലനം ഉണ്ടാക്കാൻ സാധിച്ചുമില്ല. ജീവിതം തന്നെ സന്ദേശം എന്നു പറയാൻ സാധിക്കുന്ന എത്ര ഫെമിനിസ്റ്റുകൾ കേരളത്തിലുണ്ട്?

നമ്മുടെ സ്ത്രീസമൂഹം ഒരു സ്ത്രീയെയും ഇര എന്ന് വിളിച്ചു ശീലിക്കരുത്. അതിജീവിതയും വേണ്ട, അവളുടെ യഥാർത്ഥ പേര് മറക്കാതെ ഉപയോഗിക്കാൻ സ്ത്രീസമൂഹം ശീലിക്കണം. ലൈംഗികമായി പീഡിപ്പിക്കപ്പെട്ടാൽ ഒരു പെൺകുട്ടിയെ ഇരയായി വാഴിക്കുന്നത് പുരുഷകേന്ദ്രീകൃത സമൂഹത്തിന്റെ ഭാവനാസൃഷ്ടി മാത്രമാണ്.

ഠഠ

2

സിനിമയല്ല ജീവിതം

ഓർമ്മവെച്ച നാൾ മുതൽ സ്ത്രീ എന്നാൽ പുരുഷനെപ്പോലെ ഒരു വ്യക്തിയെന്നു സ്ഥാപിക്കാൻ അക്ഷീണം പ്രവർത്തിക്കുന്ന ഫെമിനിസ്റ്റ് അല്ലാത്ത ഈ ഫെമിനിസ്റ്റിന് തോന്നുന്നത്; കേരളത്തിലെ സ്ത്രീകൾ ഇപ്പോൾ ചില കാര്യങ്ങളിൽ ബോധവതികൾ ആയിരിക്കുന്നു എന്നാണ്. പക്ഷേ, സിനിമയിലെ കഥാപാത്രങ്ങളും ഡയലോഗുകളും നോക്കി സ്ത്രീപക്ഷനിലപാടുകൾ നിശ്ചയിക്കുന്നതിൽ കുഴപ്പമുണ്ട്. യഥാർത്ഥ ജീവിതത്തിൽ ഒരുസ്ത്രീ ഒരു പക്ഷവും പിടിക്കാതെ ന്യായമായ സ്വന്തം അവകാശങ്ങൾക്കായി ശബ്ദം ഉയർത്തിയാൽ എത്രപേർ ഒപ്പം നിൽക്കും?

ഒരു സ്ത്രീയെ നിശ്ശബ്ദമാക്കാൻ പുരുഷന്മാർ സംഘം ചേരുമ്പോൾ അവർക്ക് ആദ്യം പിന്തുണ കൊടുക്കുന്നത് സ്ത്രീകളായിരിക്കും. അധികാരമുള്ള പുരുഷനോടു ഭൂരിപക്ഷം സ്ത്രീകളും പുരുഷന്മാരും വിധേയത്വം കാട്ടുന്നതായാണ് കണ്ടിട്ടുള്ളത്. നടന്മാർ മുതൽ ടെക്നീഷ്യന്മാർ വരെ നടികളെ യഥേഷ്ടം ദുരുപയോഗം ചെയ്യുന്ന മലയാളസിനിമാലോകത്തെ യഥാർത്ഥകഥകൾ പുറത്തുപറയാൻ ഒരു നടിയും ധൈര്യപ്പെടില്ല. സ്ത്രീകളുടെ പൊതുവായ അവകാശങ്ങൾക്കായി വേണം സമൂഹം ഒത്തൊരുമിച്ചു നിൽക്കേണ്ടത്, സിനിമയല്ല ജീവിതം.

○○

3

പുരുഷൂ, നീയെന്തേ മാറാത്തേ!

ന്യൂ ജെൻ ഓർ ഓൾഡ് ജെൻ എന്നൊന്നും നോക്കേണ്ട, മല്ലൂ പുരുഷൂസ് മിക്കതും തിത്തിതരികിടതോം ആണ്. തൊലിക്കട്ടിയോ അപാരം. ഈയിടക്ക് പരിചയപ്പെട്ട രണ്ടെണ്ണം ഇങ്ങനെ.

ചുരുക്കി പറയാം.

ന്യൂ ജെന്നിൽ തുടങ്ങാം.

ചോദ്യം: മീഡിയയിൽ ആണോ? ഡെയിലി ഹണ്ട് പോലുള്ള പത്രപ്രവർത്തനമാണോ? ഇൻഫോ വായിച്ചിട്ടു മനസിലാകുന്നില്ല. ഓക്കെ പത്രങ്ങൾ ആണോ? ജേർണലിസം പഠിച്ചതാണോ? പി. ജി. ഉണ്ടോ? ഹും, പറ...

ഉത്തരം: പി ജിയും ജേർണലിസവും പഠിച്ചിട്ടൊന്നുമില്ല. സ്കൂളിൽ പോലും പോയിട്ടില്ല. ഓരോരുത്തർ വെറുതെ വിളിച്ചു ജോലി തന്നതാണ്.

ഇനി, ഓൾഡ് ജെൻ അനുഭവം ഇങ്ങനെ,

"മാഡം, ഓഷോയുടെ ഒരു ബുക്കുണ്ട്....പ്ലീസ് പ്ലീസ് ഒന്ന് സംഘടിപ്പിച്ചു തരാമോ? എനിക്കിപ്പോൾത്തന്നെ നല്ല പേരുദോഷമാണ്. അതുകൊണ്ടാ ഞാൻ ഫേസ്ബുക് പോസ്റ്റിടാൻ മടിക്കുന്നത്. മാഡം ആകുമ്പോൾ പത്രപ്രവർത്തനവും എഴുത്തുമൊക്കെയല്ലേ. ആരും തെറ്റിദ്ധരിക്കില്ല. എനിക്ക് വേണ്ടി ഒരു പോസ്റ്റിടൂ."

ഞാൻ: സോറി ...പറ്റില്ല. നാട്ടിലോ മറ്റു സുഹൃത്തുക്കളോടോ അന്വേഷിക്കൂ. അല്ലെങ്കിൽ ഭാര്യയോട് പറയൂ.

മറുപടി: ഭാര്യ, അവൾക്ക് ഫേസ്ബുക്കിൽ ഇങ്ങനെയൊക്കെ ചെലവഴിക്കാൻ സമയമില്ല. ചാറ്റും ചെയ്യില്ല.

രണ്ടിനെയും കയ്യോടെ ഉന്മൂലനം ചെയ്ത് ഫ്രണ്ട്സ് ലിസ്റ്റ് ശുദ്ധികലശം ചെയ്തു. ഇമ്മാതിരി ബഡുക്കൂസുകൾ വീണ്ടും വരും. മുൻപും വന്നിട്ടുണ്ട്. അന്നൊക്കെ പൊരിഞ്ഞ തല്ലു കൂടാനു

ള്ള മൂഡായിരുന്നു. കാര്യങ്ങൾ പറഞ്ഞു മനസിലാക്കാനും ശ്രമിക്കുമായിരുന്നു. സ്വയം വിശദീകരിക്കേണ്ടി വരുന്നതിലപ്പുറം ഗതികെട്ട അവസ്ഥയില്ല എന്ന് വിശ്വസിക്കുന്നതു കൊണ്ട് ഇപ്പോൾ കണ്ണടച്ച് പുറത്താക്കുന്നു.

സമയലാഭം. മനഃസുഖം.

എല്ലാ ഭർത്താക്കന്മാരും ഭാര്യമാരും കരുതുന്നത് അവരവരുടെ പങ്കാളികൾ മാത്രമാണ് പതിവ്രതർ എന്നാണ്. ശരി അങ്ങനെ തന്നെ ആയിക്കോട്ടെ, എന്നുകരുതി ബാക്കിയുള്ളവരൊക്കെ വേറെ പണിയൊന്നുമില്ലാതെ ഇങ്ങനെ കറങ്ങിനടക്കുന്നവരാണെന്ന് കരുതരുത്. ഗൂഗിൾ എന്നൊരു മാന്ത്രികവിദ്യ ഉള്ളപ്പോൾ ഇമ്മാതിരി കൊച്ചുവാർത്തമാനവുമായി വരുന്നവരുടെ ഉദ്ദേശം വെറും പഞ്ചാരയടി, അല്ലാതെന്താണ്!

മലയാളീ പുരുഷൂ, നീയെന്തേ മാറാത്തേ!

OO

4

ഞാൻ പിടിച്ച പുലിവാല്

എനിക്കിതു തന്നെ വേണം. ബാലലൈംഗികപീഡനവിഷയത്തിൽ സ്ത്രീകളെ ഒരുമിപ്പിക്കാൻ ഒരു സെലിബ്രിറ്റിക്ക് സാധിക്കുമോ എന്ന് നോക്കിയതാണ് കൂട്ടുകാരികൾക്കു വേണ്ടി. അതോടെ ഞാൻ ബി.ജെ.പിയുടെ അന്താരാഷ്ട്ര ഏജന്റ് ആയി. Apolitical എന്ന വ്യാജലേബലിൽ നിൽക്കുന്ന എന്നെ എക്സ്പോസ് ചെയ്യു മത്രേ. സ്വകാര്യമായ ചാറ്റ് പരസ്യപ്പെടുത്തുമെന്ന ഭീഷണി മുഴക്കു ന്ന വെറുമൊരു ശരാശരി സ്ത്രീയെ പോലെ ഇവരൊക്കെ പെരു മാറാൻ തുടങ്ങിയാൽ പിന്നെ നാടെങ്ങനെ ഇങ്ങനെയാകാതിരി ക്കും? പ്രധാനമന്ത്രി നരേന്ദ്രമോദിയെ ചിലപ്പോഴൊക്കെ സപ്പോർ ട്ട് ചെയ്തിട്ടുണ്ട് എന്ന് കരുതി ഒരു വ്യക്തി ബി.ജെ.പി അനുഭാവി ആകുമോ? മൂന്നു മുൻകാല നക്സൽ നേതാക്കളെ അഭിമുഖം ചെയ്തപ്പോൾ മാവോയിസ്റ്റ് എന്ന് മുദ്രകുത്തിയവരും ഈ സാമൂ ഹികപ്രവർത്തകയും തമ്മിൽ എന്താണ് വ്യത്യാസം.

അന്ധമായ മോഡി വിരോധം ബിജെപിക്കേ ഗുണകരമാകൂ. എന്തുകൊണ്ട് ബി.ജെ.പി യിൽ വർഗീയത കാണുന്നവർ മുസ്ലിംലീ ഗിൽ വർഗീയത കാണുന്നില്ല? കുഞ്ഞാലിക്കുട്ടിയെ പാർട്ടി നേതൃ ത്വസ്ഥാനത്തേക്കു നാമനിർദേശം ചെയ്തപ്പോൾ ഉയർന്നത് തക് ബീർ വിളികൾ. തുടർന്നുള്ള പ്രഖ്യാപനം വർഗീയതക്കെതിരെ കൂട്ടായ്മ ഉണ്ടാക്കാനാണ് ശ്രമമെന്ന്. ഇതും വർഗീയതയല്ലേ?

കേരളം ഇപ്പോഴാകണം ശരിക്കുമൊരു ഭ്രാന്താലയമായത്.

അയ്യോ... വിവേകാനന്ദനെയും കൂട്ടുപിടിച്ചു.

ഒന്നുകൂടി ബിജെപി ആയി.

നിഷ്പക്ഷതക്ക് യാതൊരു വിലയുമില്ലാത്ത രാഷ്ട്രീയമലീമസ മായ അന്തരീക്ഷത്തിൽ സ്ഥാനമോഹികൾക്കും അവാർഡ് മോഹി

കൾക്കും വിഹരിക്കാൻ പറ്റുന്ന വെറുമൊരു വെള്ളരിക്കാപ്പട്ടണത്തിന്റെ അകത്തകപ്പെട്ടു കിടക്കുന്നവരിൽ നിന്നും കൂടുതൽ പ്രതീക്ഷിച്ചിട്ടു കാര്യമില്ല. ഇന്ത്യക്കു പുറത്തിരുന്നു കാര്യങ്ങൾ ഇത്ര സൂക്ഷ്മമായി ഞാൻ മനസ്സിലാക്കണമെങ്കിൽ എനിക്ക് ബി.ജെ.പിയിൽ സ്വാധീനമുണ്ടെന്നു വരെ എത്തി കാര്യങ്ങൾ. ആവശ്യത്തിലധികം ബുദ്ധി ഉണ്ടെന്നത് എന്റെ കുഴപ്പമാണോ!

വീണ്ടും ഒരു കാര്യത്തിൽ തീർപ്പായി: It is easy to convince the intelligent and illiterate but not the semi-literate.

○○

5

തട്ടമിട്ടിട്ട് എഴുതിയാൽ മതി

ഏകദേശം 20 കൊല്ലം മുൻപു നടന്ന സംഭവം. അന്നത്തെ സാഹചര്യം അല്ലയിപ്പോൾ എന്നതുകൊണ്ടും ഇന്നത്തെ തലമുറയോട് അങ്ങനെയും ഒരു കാലം ഉണ്ടായിരുന്നെന്നു പറയാനും വേണ്ടി എഴുതാം. ഒരു മുസ്ലിം കുടുംബത്തിലെ പെണ്ണുകാണൽ ചടങ്ങിൽ നിന്ന്. "അയ്യോ, പെണ്ണ് പത്രപ്രവർത്തകയോ? എഴുത്ത് പണിയുള്ളതൊന്നും ശരിയാകില്ല എന്ന് അപ്പോഴേ പറഞ്ഞതാണ് അവനോട്. ഇനിയും ഇത് വേണ്ടടാ, നീ വാ, നമുക്ക് പോകാം."

സ്ത്രീധനം ഈ വീട്ടിൽ ചർച്ച ചെയ്യാൻ പറ്റില്ല എന്നു വീട്ടിൽ വന്ന അതിഥികളോട് നേരിട്ടു പറയാൻ ധൈര്യം കാണിച്ച പെണ്ണിനോടു ചെക്കൻ കൂട്ടർ പറഞ്ഞതാണ് മുകളിലത്തെ വാചകം. അവർ ഉദ്ദേശിച്ചത് പെണ്ണു 'വിവാഹ ഉരുപ്പടി' അല്ലെന്നാണെന്ന് അന്നത്തെ പയ്യൻ പിന്നീട് മനസിലാക്കിയിട്ടുണ്ടാകും. പത്രപ്രവർത്തകയാകാൻ പടവെട്ടിയതിനപ്പുറം പോകില്ല ഇതൊന്നും എന്ന് മനസ്സിലാക്കി വീട്ടുകാരുടെയും ബന്ധുക്കളുടെയും മുന്നിൽ തൽക്കാലത്തേക്ക് "താന്തോന്നി" ആയി. പക്ഷേ, തുടർന്ന് മറ്റു പെൺകുട്ടികൾ അതെ പാത പിന്തുടരണമെന്ന് പറയുന്നതിൽ വരെ എത്തിനിന്നു സ്ത്രീധനസമ്പ്രദായത്തോടുള്ള സ്ത്രീകളുടെ എതിർപ്പ്. ഇന്നത്തെ തലമുറയിലെ മുസ്ലീം യുവാക്കൾ അതിൽ നിന്നൊക്കെ മാറി ചിന്തിക്കാൻ തുടങ്ങിയിട്ടുണ്ട്. പത്രപ്രവർത്തനമേഖലയിൽ, സാഹിത്യത്തിൽ എല്ലാം മുസ്ലീം പെൺകുട്ടികൾ സാന്നിധ്യം അറിയിച്ചു കഴിഞ്ഞു. അപ്പോഴും ഒരു നിബന്ധന പലരും വച്ചു പുലർത്തുന്നുണ്ട്. മതത്തിന്റെ ചട്ടക്കൂട്ടിൽ നിന്നുകൊണ്ടു മതി. സമുദായത്തിന്റെ അംഗീകാരമുള്ളവരോടാണു പ്രസാധകർക്കും മാധ്യമങ്ങൾക്കും താല്പര്യം. തലയിൽ ഒരു കഷണം തുണിയുണ്ടെങ്കിൽ ഒരു മുസ്ലീം സ്ത്രീക്ക് എഴുത്തുകാരിപ്പട്ടം എളുപ്പത്തിൽ

കിട്ടുകയും ചെയ്യും. മുൻതലമുറയിൽപ്പെട്ട മുസ്ലീം എഴുത്തുകാരിക ളെ നോക്കിയാലും അക്കാര്യം വ്യക്തമാണ്.

ബി.എം. സുഹ്റ, പല പുരോഗമന ചിന്താഗതികളും വച്ചു പുലർത്തുന്ന സാഹിത്യകാരിയാണ്. അവരുമായി നേരിട്ടു സംസാ രിച്ചപ്പോഴും അതു മനസിലായിട്ടുണ്ട്. എന്നാലവർ സാരിത്തലപ്പ് തലയിൽ ഇടാതിരുന്നെങ്കിൽ സാമുദായിക പിന്തുണ കിട്ടുമായിരു ന്നോ എന്നു സംശയമാണ്. ഖദീജ മുംതാസിനു സൗദിഅറേബ്യ വിടേണ്ടി വന്നു സ്വതന്ത്രമായി എഴുതാൻ. മാറിയ കാലത്തിന്റെ പ്രതിച്ഛായ അവരുടെ വേഷവിധാനത്തിൽ കാണാൻ സാധിക്കും. എന്തിന് കമലദാസിനു പോലും ഇസ്ലാം മതം സ്വീകരിച്ചതിന്റെ പേരിൽ അവസാനകാലം വരെ തലയിൽ തട്ടമിട്ടു നടക്കേണ്ടി വന്നു. സമുദായം നവീകരിക്കപ്പെടാൻ വേണ്ടിയും സ്ത്രീകൾ പൊ തുരംഗത്തേക്കു കടന്നുവരാനും ഇതൊക്കെ സഹായിക്കുന്നു എന്നതു മാത്രം ഒരാശ്വാസം.

പക്ഷേ, പർദ്ദ ധരിച്ചു കൊണ്ട് സ്ത്രീ സ്വാതന്ത്ര്യത്തെ കുറിച്ച് സംസാരിക്കരുത്, പ്ലീസ്. ബാക്കി എല്ലാം സഹിക്കാം. മുസ്ലീംകുടും ബത്തിൽ ജനിച്ചത് കൊണ്ട് മാത്രം മുസ്ലീം ആയി തുടരുന്നതിന്റെ നിരർത്ഥകത മനസിലാക്കി ബുദ്ധമതം സ്വീകരിച്ചാലോ എന്നൊരു ചിന്ത ഇടയ്ക്കുണ്ടായി. കവി ബാലചന്ദ്രൻ ചുള്ളിക്കാട് ബുദ്ധമത ത്തിൽ ചേർന്ന കാലം. ആ തീരുമാനം അറിയിക്കാൻ അദ്ദേഹം കലാകൗമുദി ഓഫീസിൽ എഡിറ്റർ എൻ. ആർ. എസ്സിനെ അറിയി ക്കാൻ വന്നപ്പോൾ എന്റെ ആഗ്രഹം തുറന്നുപറഞ്ഞു. വരാനിരിക്കു ന്ന ഭവിഷ്യത്തുകൾ ചൂണ്ടിക്കാട്ടി അദ്ദേഹം എന്നെ അന്നു പിന്തി രിപ്പിച്ചു. ശവം തുണ്ടംതുണ്ടമായി എവിടെങ്കിലും കിടക്കും എന്ന മുന്നറിയിപ്പ് പലരിൽ നിന്നും കിട്ടി. ഏറ്റവും ഒടുവിൽ മനസ്സിലാ യി, മതമുള്ളവരല്ലേ മതം മാറേണ്ടതുള്ളു. നമ്മുടെ ജന്മം നമ്മുടെ നിശ്ചയമല്ലാത്തതു പോലെ നമ്മുടെ മതവും എന്നങ്ങ് കരുതുക. അതാണ് ഈ വിഷയത്തിൽ ലഭിച്ച ഏറ്റവും നല്ല ഉപദേശവും.

○○

6

അവകാശനിഷേധം ഇങ്ങനെയും

ശവസംസ്കാര ചടങ്ങുകളിൽ നിന്നു സ്ത്രീകളെ മാറ്റിനിർത്തുന്നതും മുസ്ലീംസ്ത്രീകൾ അനുഭവിക്കുന്ന ഒരു അവകാശനിഷേധമാണ്. പൊലീസിനെ പള്ളിക്കകത്ത് കയറ്റിയാലും സ്ത്രീകളെ സംസ്കാരചടങ്ങുകളിൽ പങ്കെടുപ്പിക്കരുത് എന്നാണ് കേരളത്തിലെ രീതി. അടക്കം ചെയ്തുകഴിഞ്ഞ ശേഷം സ്ത്രീകൾക്ക് പള്ളികളിൽ പ്രവേശിക്കാം. അങ്ങനെയെങ്കിൽ എന്തുകൊണ്ട് അന്തിമ കർമങ്ങൾ നേരിട്ടു കണ്ടുകൂടാ എന്ന നിബന്ധന ഉണ്ടാക്കുന്നു? സ്ത്രീകൾക്ക് മനോബലം കുറവാണ് എന്നതാണ് കാരണമെങ്കിൽ മനഃശക്തി ഉള്ളവരെ അനുവദിക്കാവുന്നതാണ്. ചില ഇസ്ലാമിക രാജ്യങ്ങളിൽ സ്ത്രീകൾ പുരുഷന്മാർക്കൊപ്പം പള്ളി വരെ അനുഗമിക്കുന്നുണ്ട്. ശവം മറവു ചെയ്തു കഴിയുന്നതുവരെ അവരും അവിടെ നിൽക്കാറുമുണ്ട്. രസകരമായ വസ്തുത ശബരിമലയിൽ സ്ത്രീകളെ അനുവദിക്കണമെന്നു മുറവിളി കൂട്ടുന്നവരിൽ മുസ്ലീം സംഘടനകൾ പോലുമുണ്ട് എന്നതാണ്. എന്തു കൊണ്ട് പള്ളികളിൽ നടക്കുന്ന ശവസംസ്കാരചടങ്ങുകളിൽ മുസ്ലീംസ്ത്രീകളെ അനുവദിക്കണമെന്ന് അവർ പറയുന്നില്ല?

മരണത്തിന്റെ കുത്തകയും പുരുഷനായി മതം അനുശാസിക്കുന്നു. മരിച്ചു കഴിഞ്ഞു സ്വർഗത്തിൽ ചെന്നാലും അവനു കൂട്ടായി ഹൂറികളുണ്ട്. സ്ത്രീകൾക്ക് പരലോകത്ത് ആരുണ്ടാകും കൂട്ടായി എന്ന് ആരും പറയുന്നില്ല. മതബോധമില്ലാതെ ജീവിക്കുന്നവരെയും മതത്തിന്റെ ചട്ടക്കൂട്ടിൽ അകപ്പെടുത്തുന്ന വലിയൊരു പ്രഹേളികയാണ് മരണം. മരിച്ചു കഴിഞ്ഞാൽ പിന്നീട് ബാക്കിയുള്ളവർ തീരുമാനിക്കും വിധം കാര്യങ്ങൾ നടത്തുന്നതിൽ എല്ലാ മതസ്ഥരും ഒരുപോലെ തന്നെയാണ്. വ്യക്തിതാല്പര്യങ്ങൾക്കുമേൽ സമൂഹവും മതവും മേൽക്കോയ്മ നേടുന്ന സന്ദർഭമാണ് മരണം.

ജനിക്കാനും മരിക്കാനും മനുഷ്യന് മതം വേണം.

ഹാ, കഷ്ടമീ ജീവിതം!

OO

7

അമ്മ, ഉമ്മ, മമ്മ

വെറും രണ്ടക്ഷരമുള്ള അമ്മ എന്ന വാക്കിന്റെ വികാരത്തെ എഴുത്തിലൂടെ പ്രതിഫലിപ്പിക്കുക ശ്രമകരമാണ്. എന്നാൽ ആരാണവൾ? പ്രസവിക്കുന്നവൾ ആരോ അവൾ അമ്മ, എന്നു ഞാൻ വിശ്വസിക്കുന്നില്ല. ഒരു നോവലിലെ അമ്മ കഥാപാത്രത്തോടും ചിലപ്പോൾ വല്ലാത്തൊരു അടുപ്പം തോന്നാറില്ലേ? ജന്മം തന്നവളോ? നെല്ലും പതിരും വേർതിരിച്ചു കാട്ടിതന്നവൾ/ ആവശ്യങ്ങൾ കണ്ടറിഞ്ഞു അച്ഛനിൽ നിന്ന് ആഗ്രഹങ്ങൾ സാധിച്ചു തന്നവൾ/ സുഖത്തിലെന്ന പോലെ ദുഃഖത്തിലും ആരു കൈവിട്ടാലും കൈവിടാതെ കൂടെ നിന്നവൾ/ സ്നേഹത്തിനും അപ്പുറം നിൽക്കുന്ന എന്തിന്റെയൊക്കെയോ പ്രതീകം.

അമ്മയെക്കുറിച്ചു പറയാൻ ഈ നീണ്ട മുഖവുര വേണ്ടിവരുന്നു. ഒരുപക്ഷേ, അച്ഛന്റെ സ്നേഹം എന്തെന്ന് അടുത്തറിയാൻ ഭാഗ്യമുണ്ടാകാത്തതു കൊണ്ടാണോ അമ്മയെ മാത്രം പരാമർശിക്കേണ്ടിവരുന്നത്, അറിയില്ല. എങ്കിലും ഓരോ അമ്മയും വ്യത്യസ്തയാണ്. എങ്കിലും സ്വന്തം അമ്മയ്ക്കു മുന്നിൽവെച്ചു മറ്റൊരു അമ്മയോട് അമിതസ്നേഹം കാട്ടുന്നത് മാതൃഹത്യയാണ്. അനുഭവങ്ങളെ അക്ഷരങ്ങളിലേക്കും ചായകൂട്ടുകളിലേക്കും അതേപടി പകർത്താൻ, ആവാഹിക്കാൻ കഴിയില്ല അതുകൊണ്ടാണ് അമ്മ എന്ന ഭാവം വീണ്ടും വീണ്ടും എഴുതപ്പെടുന്നത്. മനുഷ്യമനസ്സിനെ പൂർണമായും ആവിഷ്കരിക്കാൻ സാധിക്കാത്തതു കൊണ്ടല്ലേ സർഗാത്മക രചനകൾ ആവർത്തിച്ചു ഉണ്ടായിക്കൊണ്ടിരിക്കുന്നത്. സാഹിത്യമായാലും ചിത്രകലയോ സംഗീതമോ നൃത്തമോ ആകട്ടെ, പൂർണത തേടിയുള്ള ഒരുപിടച്ചിൽ ഓരോ സൃഷ്ടിക്കു പിന്നിലും നിറഞ്ഞുനിൽക്കുന്നുണ്ട്

8

ആരുമില്ലേ ഇവരെ നിയന്ത്രിക്കാൻ

കേരളത്തിലെ നഗരങ്ങളിലും പ്രാന്തപ്രദേശങ്ങളിലുമായി കൂണു പോലെ മുളച്ചു വരികയാണ് ഹോം നേഴ്സിങ് സ്ഥാപനങ്ങൾ. സ്കൂളുകളും കോളേജുകളും കഴിഞ്ഞാൽ ഇന്നേറ്റവും കൂടുതൽ ലാഭമുണ്ടാക്കുന്ന സ്ഥാപനങ്ങൾ ഇവയാണ്. യാതൊരു നിയന്ത്രണവുമില്ലാതെ സന്നദ്ധസംഘടന എന്ന പേരിൽ പകൽക്കൊള്ള നടത്തുന്ന ഏജൻസികളുടെ ഇരകൾ ഏറെയും ഉദ്യോഗസ്ഥകളും പ്രവാസികളുമാണ്. വീട്ടിൽ തനിച്ചാകുന്ന മാതാപിതാക്കൾക്ക്, ആശുപത്രിയിൽ ഗർഭിണികൾക്കും രോഗികൾക്കും കൂട്ടിരിപ്പിന് തുടങ്ങി നിരവധി ആവശ്യങ്ങൾക്ക് ഇത്തരം ഏജൻസികളുടെ സഹായം പലരും തേടാറുണ്ട്. എന്നാൽ വീട്ടുജോലി മാത്രം ചെയ്തു ശീലിച്ച സ്ത്രീകളെ രോഗിപരിചരണത്തിനും ഗർഭ-പ്രസവശുശ്രൂഷക്കും ഏർപ്പാടാക്കുന്ന സ്ഥാപനങ്ങളാണ് മിക്കതും എന്ന് അനുഭവം കൊണ്ട് പറയേണ്ടി വരുന്നു.

കാൻസർ രോഗബാധിതയായ അമ്മയെ പരിപാലിക്കാൻ ഒരു സഹായിയെ ആവശ്യമുണ്ടെന്നു വന്നപ്പോഴാണ് തിരുവനന്തപുരത്തെ ഏറ്റവും പ്രശസ്തമായ അംഗീകൃത സ്ഥാപനത്തെ സമീപിച്ചത്. ഒരു മാസത്തെ ശമ്പളം മുൻകൂറായി കൊടുത്തുകൊണ്ട് ആശുപത്രിയിൽ സഹായിയായി ഏജെൻസി വിട്ടുതന്ന ആളെ ഒപ്പം കൂട്ടിയശേഷമാണ് അറിയുന്നത് രോഗി പരിചരണത്തിൽ അവർക്കു യാതൊരു വൈദഗ്ധ്യവുമില്ലെന്ന്, എന്നാലോ നിബന്ധനകൾക്ക് യാതൊരു കുറവുമില്ല. ആ ആശുപത്രിയിലെ ഡോക്ടർമാർ പോലും കഴിക്കുന്ന ഭക്ഷണം അവർക്കു പറ്റില്ല. "പോരാ, മീൻചാറില്ലാതെ എങ്ങനെയാ കഴിക്കുന്നത്? കിടക്കാൻ കട്ടിൽ വേണം; കുളിച്ചാൽ കുളിരും പനിയും വരും..." തുടങ്ങിയ അടിസ്ഥാനമില്ലാത്ത കാരണങ്ങൾ പറഞ്ഞ ആ സ്ത്രീയെ മടക്കി അയക്കാൻ മരണകിടക്കയിൽ ആയിരുന്ന അമ്മ അനുവദിക്കാതിരുന്നത് കൊണ്ടുമാത്രം അവരെ ഞാൻ വീട്ടിലേക്ക് കൂട്ടികൊണ്ടുപോയി.

വീട്ടുകാര്യങ്ങൾക്കെങ്കിലും സഹായമാകുമല്ലോ എന്നും കരുതി. രോഗിയുടെ മൂത്രമെടുക്കാൻ അവർക്ക് അറിയുമോ എന്നു പരി

ശോധിക്കണമെന്നു ഡോക്ടർ നിർബന്ധംപിടിച്ചതുകൊണ്ടുമാത്രം അക്കാര്യവും അവർക്കറിയില്ലെന്നു മുൻകൂട്ടി മനസിലാക്കാൻ സാധിച്ചു. അതോടെ ലീവ് കഴിഞ്ഞു ജോലി സ്ഥലത്തേക്ക് മടങ്ങാതെ ഞാൻ അമ്മക്കൊപ്പം നിന്നു. പക്ഷേ, എത്രപേർക്ക് അങ്ങനെ സാധിക്കും? ഇത് ഒരു വൈയക്തികമായ അനുഭവമല്ലെന്നു സമാനാനുഭവം ഉള്ളവരിൽ നിന്നു മനസിലാക്കി. പത്തുകൊല്ലത്തെ കാത്തിരിപ്പിനുശേഷം ഇരട്ടക്കുട്ടികളെ ലഭിച്ച ദമ്പതിമാർക്കുണ്ടായ അനുഭവം മറിച്ചല്ല. രണ്ടുകുട്ടികൾ ആയതുകൊണ്ട് മിനിമം ഇരുപതിനായിരം രൂപയാണ് ശമ്പളം. എല്ലാം സമ്മതിച്ച് ഒരു മാസത്തെ ശമ്പളവും കൊടുത്തു വീട്ടിൽ കൊണ്ടുവന്നു കഴിഞ്ഞപ്പോഴാണ് കുട്ടികളെ നോക്കാനുള്ള ജോലിക്ക് ആദ്യമായിട്ടാണ് അവർ എത്തിയതെന്നു വീട്ടുകാർ മനസിലാക്കിയത്. ഏജൻസിയെ അറിയിച്ചപ്പോൾ പകരം ആളെ തരാം എന്നായി.

ഏജൻസികൾ എന്ത് അടിസ്ഥാനത്തിലാണ് ജീവനക്കാരെ എടുക്കുന്നത്; അവർക്കു ജോലി സംബന്ധമായ പരിശീലനങ്ങൾ നൽകുന്നുണ്ടോ; ഉപഭോക്താവിന് സംരക്ഷണം നൽകുന്ന വിധം നിയമാവലികൾ ഏജൻസികൾ നൽകുന്നുണ്ടോ; സ്ഥാപനങ്ങളുടെ നടത്തിപ്പ് സാമൂഹികക്ഷേമവകുപ്പ് വിലയിരുത്തുന്നുണ്ടോ; എന്താണ് ഒരു ഏജൻസി നടത്താനുള്ള യോഗ്യത; സർക്കാരുകൾ കാലാകാലം ഈ വിഷയത്തിൽ നയങ്ങൾ കൈകൊള്ളുന്നുണ്ടോ? തുടങ്ങി നിരവധി വിഷയങ്ങൾ പരിശോധിക്കപ്പെടേണ്ടതുണ്ട്.

കൂട്ടുകുടുംബവ്യവസ്ഥിയിൽ നിന്ന് അണുകുടുംബത്തിലേക്ക് മാറിയ സാമൂഹികപശ്ചാത്തലത്തിൽ ഈ ഏജൻസികളെ നിത്യജീവിതത്തിൽ നിന്ന് മാറ്റിനിർത്താനുമാകില്ല. രോഗം ബാധിച്ചു ആശുപത്രിയിൽ കിടക്കേണ്ടി വരുമ്പോൾ, സ്വന്തം കുഞ്ഞുങ്ങളെ വിശ്വാസത്തോടെ ഏൽപ്പിച്ചു ജോലിക്കു പോകാൻ സാധിക്കാതെ വരുമ്പോൾ ഒക്കെ സ്ത്രീകൾ മനസുകൊണ്ട് കൂട്ടുകുടുംബ വ്യവസ്ഥിതിയായിരുന്നെങ്കിൽ എന്ന് ആഗ്രഹിച്ചുപോകാറുണ്ട്. വരും തലമുറക്കും ഇന്നത്തെ ഏജൻസികളുടെ നല്ല നടത്തിപ്പിനുമായി ആരോഗ്യവകുപ്പും സാമൂഹികക്ഷേമവകുപ്പും ഈ വിഷയത്തിൽ ഗൗരവമായി ഇടപെടേണ്ട കാലം അതിക്രമിച്ചുകഴിഞ്ഞു.

○○

9

അയ്യോ, ഞാൻ തനിച്ചു പോകില്ല!

നവമാധ്യമങ്ങളിൽ ഉണ്ണിയാർച്ചകളുടെ മുന്നേറ്റം. വസ്ത്രധാരണത്തിൽ ഒരു ചെറിയ ന്യൂനപക്ഷമെങ്കിലും കാലത്തിനൊത്ത് മാറിക്കഴിഞ്ഞു. തെരഞ്ഞെടുപ്പിൽ 50 ശതമാനം സംവരണം. പക്ഷേ, അപ്പോഴും മാറ്റമില്ലാത്തത് മലയാളിസ്ത്രീയുടെ ബോധാവസ്ഥയെ പിടികൂടിയിരിക്കുന്ന ഭയം ഒന്നു മാത്രം. മറക്കുട പിടിച്ച്, സന്ധ്യമയങ്ങിക്കഴിഞ്ഞു മാത്രം ബന്ധുസന്ദർശനങ്ങൾ നടത്തിയിരുന്ന യാഥാസ്ഥിതിക വ്യവസ്ഥിതിയിൽ ജീവിച്ചിരുന്ന പഴയതലമുറയിലെ സ്ത്രീകൾക്ക് ഇല്ലാതിരുന്ന ഒരു ഭയപ്പാട് ഇന്ന് എവിടെ നിന്നാണു കടന്നു വന്നത്? സന്ധ്യക്കു ശേഷം പുറത്തിറങ്ങിയാൽ ആർത്തി പിടിച്ച നോട്ടങ്ങൾ വന്നുവീഴുമെന്നും ബലാൽസംഗം ചെയ്യാൻ വെമ്പിനിൽക്കുന്ന പുരുഷന്മാരുടെ കൈയിലകപ്പെടുമെന്നുള്ള ഭീതി. "അയ്യോ ഞാൻ തനിച്ചു പുറത്തു പോകില്ല. ആരെങ്കിലും കൂടെ വേണം." പലപ്പോഴും സ്ത്രീകൾ പറഞ്ഞു കേൾക്കാറുള്ള കാര്യം. ഈ ഭയത്തിനു മലയാളിപുരുഷന്മാരേ മാത്രം പഴിചാരിയിട്ട് കാര്യമുണ്ടോ. സ്വന്തമായി വരുമാനമില്ലാത്തവൾ/വരുമാനമുള്ളവൾ എന്ന വ്യത്യാസമില്ലാതെ സ്ത്രീകളെ വീടുപണികളിൽ തളച്ചിടുന്ന ഭീകരന്മാരയിട്ടാണ് ശരാശരി മലയാളി പുരുഷൻ പലപ്പോഴും പൊതുഇടങ്ങളിൽ വ്യാഖ്യാനിക്കപ്പെടുന്നത്. പുരുഷന് തുല്യം വിദ്യാഭ്യാസവും ജോലിയുമുള്ള മലയാളി സ്ത്രീകൾ സ്വയം സൃഷ്ടിച്ചെടുത്ത ഒരു സുരക്ഷിതസുഖവലയമല്ലേ ഇന്ന് ഈപ്പറയുന്ന പല പുരുഷാധിപത്യ കൂച്ചുവിലങ്ങുകളുമെന്നു മലയാളിസമൂഹം ആലോചിക്കേണ്ട സമയം അതിക്രമിച്ചിരിക്കുന്നു.

നാനാവിധത്തിലുള്ള മാറ്റങ്ങൾക്കു വിധേയമായികൊണ്ടിരിക്കുന്ന കേരളം ഇന്നും സ്ത്രീകളുടെ സുരക്ഷകാര്യത്തിൽ പിന്നാക്കം നിൽക്കുന്നു എങ്കിൽ, അതിനു ഒരു പ്രധാന കാരണം സ്ത്രീകളു

ടെ ധൈര്യമില്ലായ്മയാണ്. ഒരു ഗോവിന്ദചാമിയെ ചൂണ്ടികാട്ടി രക്ഷപ്പെടാൻ ശ്രമിക്കുന്ന സ്ത്രീകൾ സ്വയംതീർത്ത ചട്ടക്കൂട്ടിലാണ്. വാസ്തവത്തിൽ ദൃശ്യമാധ്യമങ്ങളുടെയും സമൂഹമാധ്യമങ്ങളുടെയും പെരുക്കത്തിൽ ഇന്നത്തെ മലയാളിപുരുഷൻ മുൻകാലങ്ങളിൽ നിന്ന് വ്യത്യസ്തമായി സ്വന്തംവീടുകളിലെ സ്ത്രീകളെ കെട്ടിയൊരുക്കി എഴുന്നള്ളിപ്പിക്കുന്നതിൽ സന്തോഷം കണ്ടെത്തുന്ന വിധം മാറിയിട്ടുണ്ട്. സ്വന്തം 'ചർമകാന്തിക്കും മുഖലാവണ്യത്തിനുമൊക്കെ' വളരെയധികം പ്രാധാന്യം കൊടുക്കുന്ന ആധുനിക മലയാളിപുരുഷന്മാരുടെ എണ്ണം കൂടുകയും കേരളത്തിലെ സ്ത്രീകൾ സുരക്ഷിതരല്ലെന്നത് ലോകമൊട്ടുക്ക് പരക്കുന്നത് അവർക്കു മാനഹാനി ഉണ്ടാക്കുന്ന സംഗതിയാണെന്നും പുരുഷസമൂഹം തിരിച്ചറിയുന്നുണ്ട്. ഈ അവസ്ഥയിലും ഭയം നടിച്ചു അകത്തളങ്ങളിൽ ഒതുങ്ങുന്നത് സ്ത്രീകളാണ്. അവരെ യഥാർത്ഥത്തിൽ ആരും ഇന്നു തളച്ചിടുന്നില്ല. വിവാഹം വരെ മാത്രം നീണ്ടുനിൽക്കുന്ന സ്വാതന്ത്ര്യബോധമേ ഭൂരിഭാഗം മലയാളിസ്ത്രീകൾക്കും ഉള്ളൂ. അച്ഛന്റെയോ സഹോദരന്റെയോ തണലിൽ നിന്നു മാറി ഭർത്താവിന്റെ കരങ്ങളിലേക്ക് എത്തുമ്പോൾ സമർത്ഥമായി സ്ത്രീകൾ തങ്ങളുടെ സുഖസൗകര്യങ്ങൾ മെച്ചപ്പെടുത്തുന്നു.

മാധവികുട്ടിയെ വാഴ്ത്തുന്ന എഴുത്തുകാരികൾ മുതൽ അടിസ്ഥാനവർഗ തൊഴിലാളികൾ വരെയുള്ള ഭൂരിപക്ഷം സ്ത്രീയും കൊതിക്കുന്നത് പുരുഷന്റെ കരവലയത്തിൽ ഒതുങ്ങികൂടണമെന്നു തന്നെയാണ്. ജീൻസിലും മിനിയിലും ടൈറ്റായി കുടിയിരുന്നത് സാരിക്കുള്ളിലെ സുരക്ഷിതത്വവും അസ്വാതന്ത്ര്യവുമാണെന്ന് ആധുനികസ്ത്രീയുടെ മുഖംമൂടിയണിഞ്ഞു നടക്കുന്നവർ തെളിയിച്ചുകൊണ്ടേയിരിക്കുന്ന നിരവധികാഴ്ചകൾ ഇക്കാലത്തും കേരളത്തിൽ പതിവാണ്. സ്വന്തമായി ചെയ്യാൻ സാധിക്കുന്ന കാര്യങ്ങൾക്കു പോലും പുരുഷന്റെ എസ്കോർട്ട് കൂടിയേ തീരൂ എന്നു ശഠിക്കുന്ന മലയാളി മങ്കമാരുടെ എണ്ണം കൂടുന്നതല്ലാതെ കുറയുന്നില്ല. പഠനകാലത്ത് അത്തരം പെൺകുട്ടികളെ നിരവധി കണ്ടിട്ടുണ്ട്. വീട്ടുസാധനങ്ങൾ വാങ്ങാൻ നഗരത്തിലെ കടകളിൽ പോകുമ്പോൾ, റെയിൽവേ ക്യാന്റീനിൽ ഒരു കപ്പുകാപ്പി കുടിക്കാൻ പോയാൽ, ഒരു സിനിമ കാണാൻ പോയാലോക്കെ സൂക്ഷിക്കണം എന്നു പറയുന്ന പെൺകുട്ടികളെ ചിരിച്ചുതള്ളിയപ്പോഴൊക്കെ തോന്നിയത് അത് ആ കാലത്തിന്റെ പ്രത്യേകതയെന്നാണ്. പക്ഷേ, ഇന്നും കാണുന്നത് അതേ കാഴ്ചകൾ തന്നെ. ഇന്ന് തൊഴിലിടങ്ങളിൽ,

സിനിമശാലകളിൽ, കോഫീ ഷോപ്പുകളിലൊക്കെ പെൺകുട്ടികളെ കണ്ടെന്നുവരാം. കൂട്ടംകൂട്ടമായി അല്ലെങ്കിൽ പുരുഷസുഹൃത്തുക്കളുമായി. ഇത്തരം തമാശകൾ ഏറ്റവും അധികം കാണുന്നത് തൊഴിലിടങ്ങളിൽ ആണ്. ഒന്നുകിൽ ബോസിന് പിന്നാലെ അല്ലെങ്കിൽ അല്പം അധികാരമുള്ള പുരുഷന്റെ പിന്നാലെ വിധേയത്വം കാട്ടി പ്രവർത്തിക്കുക. പുട്ടിനു തേങ്ങാപ്പീര ഇടുംപോലെ ഫെമിനിസം പ്രസംഗിച്ചു മറ്റുളവരുടെ കണ്ണിൽ പൊടിയിടാൻ നോക്കുക. ഇതിനൊക്കെ കാരണം തനിച്ചു ഒരിടത്ത് പോവുക എന്തോ കുറച്ചിലാണെന്ന ധാരണ ചെറുപ്പം മുതൽ അടിച്ചേൽപ്പിക്കുന്നത് കൊണ്ടാണ്.

സ്വയം പര്യാപ്തരായ ആൺകുട്ടികളും പെൺകുട്ടികളും കേരളത്തിൽ വളരെ കുറവാണ്. ആൺകുട്ടികൾ സ്വന്തം കാലിൽ നില്ക്കാൻ തുടങ്ങുമ്പോൾ അല്പമൊക്കെ മാറി ചിന്തിക്കാൻ തുടങ്ങുമെങ്കിലും പെൺകുട്ടികൾ പുരുഷന്റെ തണലിൽ നിന്നും വിട്ടുപോരാൻ മലയാളിസ്ത്രീകൾ ആഗ്രഹിക്കുന്നില്ല, ബോധപൂർവം ശ്രമിക്കുന്നില്ല. എന്തിനും എസ്കോർട്ട് വേണം എന്നവസ്ഥ. അടുത്തകാലത്തായി സംഘം ചേർന്ന് സ്ത്രീകൾ യാത്രകൾക്ക് പോകുന്നത് കണ്ടപ്പോൾ കാര്യങ്ങളൊക്കെ മാറി എന്നു കരുതി. പക്ഷേ, പലരുടെയും യാത്രകൾ ഭർത്താവിന്റെ റിമോട്ട് കൺട്രോളിലാണ് നടക്കുന്നതെന്ന് ഒരു സുഹൃത്ത് പറഞ്ഞപ്പോൾ ഈ ഗ്രൂപ്പ് യാത്ര എന്ന ആശയത്തോട് മതിപ്പില്ലാതെ ആയി. ഒരു പെരുമഴ ഉണ്ടായ ദിവസം വീടിനു മുന്നിലെ ജനക്കൂട്ടം കണ്ട് അയൽപക്കത്ത് മരണമോ, ആപത്തോ എന്താണു സംഭവിച്ചത് എന്നറിയാൻ കുടയുമെടുത്ത് പുറത്തിറങ്ങി. കാര്യമന്വേഷിച്ചപ്പോൾ തൊട്ടടുത്ത സ്കൂളിൽ പി. എസ്. സി പരീക്ഷയെഴുതാൻ വന്നവരുടെ കൂട്ടുനിൽപ്പുകാരാണ് ആ 'പുരുഷാരം' എന്നു മനസ്സിലായി. കാറിൽ കാത്തുകെട്ടി കിടക്കുന്നവർ മുതൽ ഒറ്റക്കാലിൽ നിൽക്കുന്ന കൊക്കിനെ പോലെയുള്ളവർ വരെ!

○○

11

പറയാതെ വയ്യ; ഇതല്ല മാധ്യമപ്രവർത്തനം

രാഷ്ട്രീയവും സിനിമയും ഉള്ളതുകൊണ്ടു പിടിച്ചുനിൽക്കുന്ന ഒരു വ്യവസായമായി കേരളത്തിലെ മാധ്യമരംഗം മാറുമ്പോൾ സ്വല്പം ഉളുപ്പു തോന്നി ആത്മവിമർശനത്തിനു തയ്യാറാകണം എല്ലാ മാധ്യമപ്രവർത്തകരും. തങ്ങൾക്കു മുൻപേ വായിച്ചു വളർന്നുവന്നൊരു ജനസമൂഹമുണ്ട്, അവരൊക്കെ സൂക്ഷമായി വിഷയങ്ങൾ അപഗ്രഥിക്കാൻ കഴിയുന്നവരായി മാറിയെന്നു ചാനൽ മാധ്യമപ്രവർത്തകർ മനസിലാക്കണം. ഒപ്പം മാധ്യമപ്രവർത്തനം എന്നാൽ ചാനലുകളും വെബ്സൈറ്റുകളും മാത്രമല്ല എന്ന് നവസാക്ഷരരായ സമൂഹമാധ്യമപ്രവർത്തകരും മനസിലാക്കണം. ചവറുകൾ കുത്തിനിറക്കുന്നതായിരുന്നില്ല പത്രങ്ങൾ മാത്രമുണ്ടായിരുന്ന കാലത്തെ മാധ്യമപ്രവർത്തനം. ഇന്ന് ട്രാഷ് ബോക്സ് സാഹിത്യവും റിപ്പോർട്ടുകളുമാണ് പത്രങ്ങൾ അടക്കമുള്ള മാധ്യമങ്ങളിൽ പ്രമുഖസ്ഥാനം നേടുന്നത്. ടി വി തുറന്നാൽ ചന്തവർത്തമാനവും നിലവാരമില്ലായ്മയാണ് ഇന്ന് നല്ല പത്രപ്രവർത്തകർ എന്ന സ്ഥാനം നേടിയെടുക്കാൻ വേണ്ടത് എന്ന് തോന്നിപ്പിക്കും വിധമാണ് കാര്യങ്ങൾ. എന്നാലോ ന്യൂയോർക് ടൈംസിലെ എഡിറ്റർമാർക്കില്ലാത്ത ജാട കാട്ടുന്ന അല്പത്തരം നിറഞ്ഞ എഡിറ്റർമാർ ദിനംപ്രതി ഉണ്ടായിക്കൊണ്ടുമിരിക്കുന്നു.

ഗൾഫ് മേഖലയിൽ ആണെങ്കിൽ സെക്രട്ടറി പണി ചെയ്യുന്നവർ മുതൽ അടിസ്ഥാന യോഗ്യത ഇല്ലാത്തവർ പോലും എഡിറ്റർമാരാകുന്ന കാഴ്ച! ഇവരുടെ കണ്ണിലെ കരടായി മാധ്യമപ്രവർത്തനം ജീവവായു പോലെ കൊണ്ടുനടക്കുന്നവർ ഓരോ ദിവസവും പുറത്തായി കൊണ്ടിരിക്കുന്നു. നാട്ടിലും ഇതേ അവസ്ഥ എത്തിയെന്നു ചില സൂചനകൾ കിട്ടുന്നു. ഒരു രാഷ്ട്രീയ നേതാവോ ബിസിനസുകാരനോ വിളിച്ചു പറഞ്ഞാൽ ഏതു മുന്തിയ തസ്തി

കയും കിട്ടുന്ന പത്രപ്രവർത്തകരുടെ എണ്ണം കൂടുന്നു.

മലയാള ചലച്ചിത്രരംഗം ബ്ലാക്ക് മണിക്കാരുടെ പിടിയിലകപ്പെട്ടതു പോലെ മാധ്യമമേഖലയും ആ വഴിക്കാനോ പോകുന്നത്? എന്തുമാത്രം വെബ് സൈറ്റുകൾ, യൂട്യൂബ് ചാനലുകളാണ് ഓരോ ദിവസവും കേരളത്തിൽ ഉണ്ടായിക്കൊണ്ടിരിക്കുന്നത്. ഇത്രയധികം പണം ചെലവാക്കുമ്പോഴും മാധ്യമപ്രവർത്തകർക്കു ഭേദപ്പെട്ട ശമ്പളം നൽകാൻ പലരും മടിക്കുന്നു. സിനിമാനടിയാകാൻ പോലും പ്രായപരിധിയില്ലാതായി കഴിഞ്ഞ ഈ കാലഘട്ടത്തിൽ മാധ്യമപ്രവർത്തകർക്ക് ഇരുപത്തഞ്ചു വയസ്സ് കവിയാൻ പാടില്ല. സ്ത്രീകളെ വിമർശിച്ചാൽ 'മിസോജിനിസ്റ്റ്' എന്ന് പറഞ്ഞു ആക്ഷേപം ഉന്നയിക്കുന്നവർക്കു പോലും ഇതൊന്നും വിഷയമല്ല.

വാർത്തകൾ മുൻകൂട്ടി അറിയിക്കുന്ന ശീലമൊക്കെ പോയി ഇപ്പോൾ തങ്ങളെ തേടിയെത്തുന്ന എരിവും പുളിയുമുള്ള രാഷ്ട്രീയസിനിമാക്കഥകൾ മാത്രം പടച്ചുവിടുന്ന, അല്ലെങ്കിൽ അവാർഡ് ഉറപ്പാക്കിയിട്ടു പരമ്പര എഴുതുന്ന പത്രപ്രവർത്തനം മതിയെന്ന് കരുതുന്ന മാധ്യമപ്രവർത്തകർ മാത്രമേ കേരളത്തിൽ ഉള്ളൂവെന്നാണോ? ഒന്നുമേ മനസിലാകുന്നില്ല. ഫേസ്ബുക് തുറന്നാൽ ഒരാളെങ്കിലും മാധ്യമപ്രവർത്തകരെ ചീത്ത പറയാത്ത ദിവസമില്ല.

ഒരു കാലത്തു ഞാനും സജീവമായി നിന്നിരുന്ന ഒരു മേഖല എന്ന നിലയ്ക്ക് സങ്കടം തോന്നുന്നുണ്ട്. അതുമാത്രമല്ല, മാധ്യമപ്രവർത്തക എന്ന നിലക്ക് നല്ല ആദരവും കിട്ടിയിരുന്നു. ഇന്നത് സെലിബ്രിറ്റി സ്റ്റേറ്റസിലേക്കു മാറിയപ്പോൾ ആർക്കും എന്തും പറയാവുന്നവരായി മാധ്യമപ്രവർത്തകർ. ഇപ്പോൾ പുറത്തു പറയാൻ കൊള്ളാത്ത ഒരു തൊഴിലായി കേരളത്തിൽ മാധ്യമപ്രവർത്തനം മാറുമ്പോൾ വല്ലാത്ത നിരാശയുണ്ട്.

ഇതിൽ തുടരണോ വേണ്ടയോ?

ഠഠ

12

ശുദ്ധി, പ്രാർത്ഥിക്കാനോ പ്രാപിക്കാനോ?

സ്ത്രീയാണോ, ആരാധനാലയങ്ങളിൽ കയറാൻ ശുദ്ധി വേണം. ഇതു കേട്ടാൽ തോന്നും ആർത്തവം സ്ത്രീകൾക്ക് വളരെ ഇഷ്ടമുള്ള കാര്യമാണെന്ന്. മാസംതോറും സ്ത്രീകളെ ശല്യപ്പെടുത്തുന്ന ബുദ്ധിമുട്ടുകൾ പുരുഷന്മാർക്ക് പറഞ്ഞാൽ മനസിലാകുന്ന ഒന്നല്ല. പുരുഷനെ സംബന്ധിച്ച് സ്ത്രീയുമായി ലൈംഗിക ബന്ധത്തിൽ ഏർപ്പെടുന്നതിനു ബുദ്ധിമുട്ടുണ്ടാക്കുന്ന ഒരാഴ്ചയാണത്. എന്നാൽ സ്ത്രീകളെ സംബന്ധിച്ച്, കുറഞ്ഞത് രണ്ടാഴ്ച എങ്കിലും പലവിധത്തിലുള്ള മാനസികവും ശാരീരികവുമായ ബുദ്ധിമുട്ടുകൾ ഉണ്ടാക്കുന്ന ഒരു പ്രതിഭാസമാണ് ആർത്തവം.

ഇങ്ങനെ എല്ലാ മാസവും ബുദ്ധിമുട്ടനുഭവിക്കുന്ന സ്ത്രീകളെയാണ് അശുദ്ധിയുടെ പേരിൽ ആരാധനാലയങ്ങൾ വിലക്കേർപ്പെടുത്തി ബുദ്ധിമുട്ടിക്കുന്നത്. ഒരു സ്ത്രീ പറയാതെ എങ്ങനെയാണ് മറ്റുള്ളവർ അവർ ആർത്തവകാലത്താണ് എന്നറിയുക. പക്ഷേ, കാലങ്ങളായി സ്ത്രീകളുടെ ഉപബോധമനസ്സിൽ പോലും അടിഞ്ഞുകിടക്കുന്ന സംഗതിയാണ് ആർത്തവം അശുദ്ധിയാണെന്ന ചിന്ത. ഇപ്പോൾ തൊഴിലിടങ്ങളിൽ, വിദ്യാലയങ്ങളിൽ ഒക്കെ ആർത്തവാവധി ഏർപ്പെടുത്തിയിട്ടുണ്ട്. യഥാർത്ഥത്തിൽ ഇത് ഒരു സ്ത്രീയുടെ സ്വകാര്യതയിലേക്കുള്ള കടന്നു കയറ്റമാണ്. നാട്ടുകാരെ വിളിച്ചറിയിക്കേണ്ട ഒന്നാണോ ആർത്തവം?

ലീവ് എടുക്കേണ്ടവർ എടുക്കുക. മാമൂലുകളും സാമ്പ്രദായിക രീതികളും പിന്തുടരുന്നതിന്റെ പരിണിതഫലമാണ് സ്ത്രീകളുടെ പോലും മനസ്സിൽ വേരൂന്നിയിരിക്കുന്ന അശുദ്ധിയെന്ന ചിന്ത.

പ്രസവകാലഘട്ടത്തിലെന്ന പോലെ അത്രത്തോളം വേണ്ടെങ്കിലും സാധാരണ ദിവസങ്ങളെ അപേക്ഷിച്ച് വിശ്രമം ആവശ്യമുള്ള ദിവസങ്ങളാണ് ആർത്തവസമയം എന്നേ ഉള്ളൂ. പക്ഷേ, മാറിയ

ചുറ്റുപാടിൽ സ്ത്രീകൾ അതിനെയും തരണം ചെയ്തു കഴിഞ്ഞു. എത്രയോ പേർ ദിനചര്യകളുമായി മുന്നോട്ടു പോകുന്നു, ജോലിക്ക് പോകുന്നു, പഠിക്കാൻ പോകുന്നു, അടുക്കളപണികൾ ചെയ്യുന്നു, കിടപ്പറയിൽ പോലും അത്യാവശ്യം പുരുഷനുമായി സഹകരിക്കുന്നു. പിന്നെന്തിനാണ് ആരാധനാലയങ്ങളിൽ കയറാൻ മാത്രമുള്ള വിലക്ക്?ഓരോരോ പുകിലുകൾ കാണുമ്പോൾ തോന്നുന്ന സംശയമുണ്ട്, പ്രാർത്ഥിക്കാനോ പ്രാപിക്കാനോ, സ്ത്രീകളെ പള്ളികളിലും അമ്പലങ്ങളിലും പുരുഷന്മാർ പ്രതീക്ഷിക്കുന്നത് എന്ന്.

സ്ത്രീകൾ ഇനിയെങ്കിലും മനസിലാക്കുക: നന്നായി കുളിച്ചാൽ തീരാത്ത വൃത്തികേടൊന്നും ആർത്തവം കൊണ്ടുണ്ടാകുന്നില്ല എന്ന്. പ്രാർത്ഥനാപുസ്തകങ്ങളിൽ ആർത്തവകാലത്തും തൊടാനുള്ള ധൈര്യം, ആരാധനാലയങ്ങളിൽ കയറാനുള്ള ധൈര്യം, ആർത്തവസമയം സ്വകാര്യമായി സൂക്ഷിക്കാനുള്ള കഴിവ് ഒക്കെ നേടുകയാണ് ആർത്തവം കൊണ്ടുണ്ടാകുന്ന അശുദ്ധിയെന്ന നെറികേടിനു നിങ്ങൾക്ക് നൽകാവുന്ന മധുരപ്രതികാരം.

ഠഠ

13

ചൊട്ടയിലെ ശീലം

ഇന്ത്യയിലെ ടീനേജ് പെൺകുട്ടികൾ മുസ്ലീമായി ജീവിക്കാൻ ഹിജാബ് കൂടിയേ തീരൂ എന്നൊരു അബദ്ധധാരണയിൽ ആയിക്കഴിഞ്ഞു. പർദ്ദ/ബുർഖ അടിച്ചേൽപ്പിക്കാൻ ചില സംഘടനകൾ കുറഞ്ഞത് ഇരുപത്തഞ്ചു വർഷം മുൻപ് തുടങ്ങിയ സംഘടിതശ്രമങ്ങൾ വിജയിച്ചു എന്നാണു പെട്ടെന്നുണ്ടായ ഈ മാറ്റം സൂചിപ്പിക്കുന്നത്. കൂടാതെ ദൃശ്യ മാധ്യമങ്ങളിൽ യാഥാസ്ഥിക വേഷം ധരിക്കുന്ന മുസ്ലീംസ്ത്രീകളെ കൂടുതലായി 'പ്രദർശിപ്പിക്കാൻ' തുടങ്ങിയതും ഒരു കാരണമാണ്. ഇതൊക്കെ മറന്നുകൊണ്ട് വിദ്യാഭ്യാസ സ്ഥാപനങ്ങളിലെ ഹിജാബ് നിരോധനത്തെ ബിജെപി/ സംഘപരിവാർ കൂട്ടുകെട്ടിന്റെ അജണ്ട ആയി കാണുന്നതിൽ യാതൊരു അർത്ഥവുമില്ല.

ഇത്തരമൊരു ആപത്ത് വരുന്നുണ്ട് എന്ന് മുൻകൂട്ടി പറഞ്ഞവർ പോലും വസ്ത്രധാരണ രീതി തിരഞ്ഞെടുക്കാനുള്ള സ്ത്രീയുടെ സ്വാതന്ത്ര്യവുമായി ഇതിനെ കൂട്ടി കുഴയ്ക്കുമ്പോൾ മുസ്ലിം പെൺകുട്ടികൾ മനസ്സിലാക്കുന്നില്ല അവരുടെ മുന്നിൽ ഇരുളടയുന്ന ഭാവി, വരും തലമുറയോട് ചെയ്യുന്ന ദ്രോഹം. മതപരമായ യാതൊന്നും ആചരിക്കാതെ ഏതൊരു ഇന്ത്യൻ സിറ്റിസനെയും പോലെ ജീവിക്കുന്നവരെ പോലും മതത്തിന്റെ ചട്ടക്കൂട്ടിൽ അകപ്പെടുത്തി തൊഴിൽ മേഖലകളിൽ തുടങ്ങി പല ഇടങ്ങളിൽ അകറ്റിനിർ

ത്തുന്ന ഒരു ഇന്ത്യയിൽ ആണ് ഹിജാബിനായി നിങ്ങൾ (ബഹുഭൂരിപക്ഷം) വാദിക്കുന്നത്. 1996 ലിലാണ് ആദ്യമായി ഈ അടിച്ചേൽപ്പിക്കൽ തന്ത്രം ഒരു വിദ്യാഭ്യാസ സ്ഥാപനത്തിൽ ഞാൻ ആദ്യം കാണുന്നതും എതിർക്കുന്നതും. തൊട്ടടുത്ത വർഷം തന്നെ ഇതേപ്പറ്റി ഒരു പഠനം നടത്തി എഴുതുകയും ചെയ്തിരുന്നു.

കാലം അണുവിട മാറിയിട്ടില്ല! പെൺകുട്ടികൾക്ക് സ്വയം ചിന്തിക്കാനുള്ള ശേഷിവരും മുൻപേ അവരിൽ ഓരോന്ന് അടിച്ചേൽപ്പിക്കുന്നത് പ്രോപഗാണ്ട അല്ലാതെ മറ്റെന്താണ്?

അത് മുസ്ലിം സമുദായം തന്നെ തിരിച്ചറിയണം.

○○

14
പെൺകുട്ടികൾ മുടിമുറിച്ചാൽ, കറുപ്പിട്ടാൽ

പെൺകുട്ടികൾ ആൺകുട്ടികളെ പോലെ വേഷം ധരിച്ചാൽ പ്രശ്നമില്ലെന്ന് മലയാളി മനസ്സിലാക്കിയിട്ടും അംഗീകരിച്ചിട്ടും നാലോ അഞ്ചോ വർഷമല്ലേ ആയിട്ടുള്ളൂ. കാലത്തിനു മുൻപേ സഞ്ചരിച്ചു ശീലമില്ലാത്തവർ എല്ലാം കാച്ചിക്കുറുക്കി പഠിച്ച് പിബിയിൽ അവതരിപ്പിച്ച് പ്രമേയം പാസ്സാക്കി കൊണ്ടു വരാനുള്ള കാലതാമസം എല്ലാവരുമൊന്നു മനസ്സിലാക്കണം.

ശുദ്ധകമ്മ്യൂണിസ്റ്റുകളല്ല നമ്മുടെ സഖാക്കളെന്നു ഇനിയും ആർക്കും മനസ്സിലാകുന്നില്ലോ. യഥാർത്ഥ കമ്മ്യൂണിസ്റ്റുകളുടെ പ്രിയപ്പെട്ട നിറം കറുപ്പാണ്. പെണ്ണുങ്ങളുടെ മുടി മുറിക്കും. ഇഷ്ടപ്പെട്ടവരെ സ്നേഹിക്കാനോ വിവാഹം ചെയ്യാനോ അനുവദിക്കില്ല. ആൺ പെൺ വ്യത്യാസമില്ലാതെ തൊലിവെളുപ്പുള്ളവരെയും കലാസാഹിത്യവാസനയുള്ളവരെയും ബുദ്ധിയുള്ളവരെയും തിരഞ്ഞുപിടിച്ചു കൊല്ലും. വരച്ചവരയിൽ നിൽക്കാത്ത കുട്ടികളെയും വെറുതെ വിടില്ല.

ഇതാണ് കമ്പോഡിയ എന്ന രാജ്യത്തു കമ്മ്യൂണിസ്റ്റു ഭീകരർ നടപ്പാക്കിയ പരിഷ്കാരങ്ങൾ. ഇതൊന്നും നമ്മുടെ ഇന്ത്യയിലെ കമ്മ്യൂണിസ്റ്റുകൾ ചെയ്യുന്നില്ലല്ലോ. Patriarchy, hierarchy, authoritarianism ഇതു മൂന്നും മുറുക്കെ പിടിക്കുന്നു എന്നതല്ലാതെ വേറൊരു ദോഷവും നമ്മുടെ കമ്മ്യൂണിസ്റ്റുകൾക്കില്ല. പിന്നെ തങ്ങൾ വ്യത്യസ്തരാണെന്നൊരു തലക്കനം മാത്രമേ ദോഷം പറയാനുള്ളൂ.

കമ്മ്യൂണിസ്റ്റ് ഭീകരവാഴ്ച നടമാടിയ കംബോഡിയ ജനങ്ങളെ കറുപ്പണിയിപ്പിക്കുകയാണ് ആദ്യം ചെയ്തത്. ഞാൻ പറയുന്നത് വിശ്വാസമാകാത്തവർക്ക് ദേ, വിക്കിപ്പീഡിയ കുറിപ്പ്,

The Khmer Rouge regime of the 1970s in Cambodia was well-noted for imposing black unisex pajamas. The typical peasant outfit consisted of a collarless black shirt, baggy trousers with an elastic waistband, and a red and white checkered krama knotted loosely about the neck.

15

പെണ്ണാണോ, മൂന്നിൽ രണ്ടു മതി

ഒരു വിൽപത്രം എഴുതി വച്ചാൽ തീരുന്ന സാധുത മാത്രമേ ശരീഅത്തു പ്രകാരമുള്ള മുസ്ലിം പിന്തുടർച്ചാവകാശ നിയമത്തിനുള്ളൂ.

അനുഭവങ്ങളുടെ വെളിച്ചത്തിൽ ചുരുക്കി പറയാം.

എന്റെ അച്ഛൻ മരിക്കുമ്പോൾ പ്രായം 53. എന്നാൽ, അദ്ദേഹം വിൽപത്രം എഴുതി വയ്ക്കുമ്പോൾ വയസ്സ് 50. അന്ന് ഏഴു മക്കളിൽ നാലു പേർ മൈനർമാർ. അങ്ങനെ ഒരു വിൽപത്രം ഉണ്ടെന്നുള്ള കാര്യം ഞങ്ങൾ നാലു മൈനർമാരിൽ നിന്നു മറച്ചുവയ്ക്കപ്പെട്ടുവെങ്കിലും വർഷങ്ങൾക്കു ശേഷം ജീവിതത്തിൽ അതൊരു കച്ചിത്തുരുമ്പായി. അച്ഛന്റെ കണക്കറ്റ സ്വത്തിനോടും പണത്തിനോടും ഇനി മോഹങ്ങൾ വെച്ചിട്ടു കാര്യമില്ലെന്നു വെളിപ്പെട്ടതു കൊണ്ടാകാം ബന്ധുബലവും പ്രവാഹവും അദ്ദേഹത്തിന്റെ ആകസ്മിക മരണത്തോടെ കുറഞ്ഞു. പക്ഷേ, അമ്മയുടെ മരണസമയത്ത് ബന്ധുക്കളും അല്ലാത്തവരുമായവർ പഴയകാല ഓർമ്മകൾ പുതുക്കികൊണ്ടാകണം ഒഴുകിയെത്തി. അകാലമരണത്തെയും വരാനിരിക്കുന്ന ആപത്തുകളെയും മുൻകൂട്ടി കണ്ടു കൊണ്ടാകണം മക്കളായി എല്ലാം പെൺകുട്ടികൾ വേണമെന്നു ആഗ്രഹിച്ച അച്ഛൻ വിൽപത്രം നേരത്തെ എഴുതിയത് എന്നു തോന്നുന്നു. പക്ഷേ, മകനായി ഒരാൾ ഉണ്ടായിരുന്നതു കൊണ്ട് ബന്ധുക്കൾക്ക് സ്വത്തുവിഹിതം ചോദിച്ചു വരാൻ സാധിച്ചില്ല. ഞങ്ങൾ മൈനറായ കുട്ടികൾ എങ്ങനെ ജീവിക്കുന്നു എന്നന്വേഷിക്കാനും ആരും മെനക്കെട്ടില്ല. എല്ലാം, എല്ലാവരും ഉണ്ടായിട്ടും അനാഥരായവരെ പോലെ ജീവിക്കേണ്ടി വന്ന അവസ്ഥ!

ഒക്കെയും തിരിച്ചറിയാൻ സാധിച്ചതു വളരെ വൈകി ഗൾഫ് പ്രവാസിയായി ഏകാന്തവാസം തുടങ്ങിയ ശേഷവും. അന്ന് അനീതി കാട്ടിയവരോടു പൊരുതാൻ ആയുധമാക്കിയത് അച്ഛന്റെ

വിൽപത്രം. ഞാൻ ജനിച്ചതിന്റെ തൊട്ടടുത്ത ദിവസം എനിക്കായി രജിസ്റ്റർ ചെയ്ത വസ്തു ഞാൻ പട്ടയം പിടിക്കുന്നതു മുപ്പതു വയസ്സിനു ശേഷം. ഇപ്പോൾ ആ വസ്തുവിനു എന്റെ കാലശേഷം എന്തു സംഭവിക്കുമെന്നു എനിക്കില്ലാത്ത ആധിയോടെ ചിന്തിക്കുന്ന 'വേണ്ടപ്പെട്ടവരുമുണ്ട്.'

എന്തിനാണ് ഇന്ത്യ പോലുള്ള ഒരു രാജ്യത്ത് മുസ്ലിം പെഴ്സണൽ ലോ എന്നു ചിന്തിക്കാനും പറയാനും എഴുതാനും തുടങ്ങിയിട്ടു കാലമേറെയായെങ്കിലും ക്രിയാത്മകമായി എന്തെങ്കിലും ചെയ്യാനായി സമയവും സാവകാശവും ലഭിച്ചില്ല. ഇടയ്ക്ക് ഒരു സുപ്രീം കോടതി അഭിഭാഷകനെ സമീപിച്ചെങ്കിലും പണക്കൊതി കണ്ടു പിൻമാറി. വോട്ടുബാങ്കിനു വേണ്ടിയാണെങ്കിലും രാഷ്ട്രീയപ്പാർട്ടികൾ ഈ വിഷയവുമായി മുന്നിട്ടിറങ്ങിയത് സ്വാഗതാർഹം. പക്ഷേ, ഏകീകൃത സിവിൽ കോഡ് വരണമെന്നാണ് എന്റെ ആഗ്രഹം. മുസ്ലിം പുരുഷനു മൂന്നിൽ രണ്ടെന്ന പിന്തുടർച്ചാവകാശ നിയമം ഭേദഗതി ചെയ്തിട്ടുമാത്രം കാര്യമില്ല.

സ്വത്തും പണവും ആവശ്യത്തിലും അധികമുള്ളവർ ഒരു വിൽപത്രമെഴുതി, ചതിക്കില്ല എന്നുറപ്പുള്ള വ്യക്തിയെ ഏല്പിക്കുക. കുടുംബത്തിനു വേണ്ടി എന്ന വ്യാജേന ആവശ്യത്തിൽ കവിഞ്ഞു സമ്പാദിച്ചു കൂട്ടാക്കാതിരിക്കുന്നതാണ് ഇനിയുള്ള കാലമെങ്കിലും ഓരോ മനുഷ്യരും ചെയ്യേണ്ടത്.

16

ഫക്കിങ് ഡേ ലീവ്

ആർത്തവാവധിക്കു പുറമേ മെനൊപോസ് ലീവ്!

യുഎഇ യിലെ ഒരു കമ്പനിയുടെ പുതിയ പുരോഗമന ഇറക്കുമതി! ഓരോരുത്തർ ഇങ്ങനെ തൊഴിലിടത്തെ കൂടുതൽ സ്ത്രീ പക്ഷമാക്കാൻ മത്സരബുദ്ധിയോടെ ശ്രമിക്കുമ്പോൾ ഇനി ബാക്കിയുള്ളത് ഫക്കിങ് ഡേ അവധി മാത്രമാണ്.

തലേന്നോ, പുലർച്ചെയോ സംഭവിച്ച സെക്സിന്റെ ക്ഷീണം മാറ്റാൻ സമയം കിട്ടാതെ പോയ പെണ്ണുങ്ങൾ ഓഫിസിൽ വന്നിരുന്നു ഉറക്കം തൂങ്ങരുതല്ലോ. Cleavages, shoulders, armpits, bikini line, thighs, legs ഒക്കെ കണ്ടു മടുത്ത കോർപ്പറേറ്റുകൾ സ്ത്രീശരീരത്തിൽ കാണുന്ന അപാരസാധ്യതകൾ ഇനിയും സ്ത്രീകൾ മനസ്സിലാക്കാതെ പോകരുത്.

ഈ തട്ടിപ്പുകൾക്കു കുടപിടിക്കുന്ന ആണിനും പെണ്ണിനുമാണ് ഇക്കാലത്ത് ആധുനിക, അല്ല ഉത്തരാധുനിക പട്ടം!

മത്സരിപ്പിൻ!

സ്ത്രീകളെ സ്നേഹിച്ചു കൊല്ലാൻ ഇറങ്ങി പുറപ്പെട്ടിരിക്കുകയാണ് എല്ലാവരും!

ലിംഗസമത്വം ആലോചിക്കുമ്പോൾ ആണുങ്ങൾക്കും വേണ്ടേ ചില അവധികൾ!

Fucking day leave, Erectile dysfunction day leave, Jerking day leave...

അയ്യേ, ഇതൊക്കെ അങ്ങനെ പബ്ളിക്കായി പെണ്ണുങ്ങൾ ചർച്ച ചെയ്യേണ്ട കാര്യമല്ല. സോറി സർ, PMS syndrome ആണ്. ദേഷ്യം വന്നാൽ വായിൽ വരുന്നതൊക്കെ വിളിച്ചു കൂവും.

എങ്കിൽ, നാളത്തേക്ക് ഒരവധി എടുത്തോളൂ. okay sir, thank you sir.

17

അനുസരണയില്ലാത്തവൾ

ക്രിയേറ്റിവ് ആയ ഇടങ്ങളിൽ സ്ത്രീകൾ ഈ കാലഘട്ടത്തിലും സുരക്ഷിതർ അല്ലാത്തത് എന്ത് കൊണ്ടാണ്? സ്ത്രീകളുടെ സാന്നിധ്യം കൂടിയതു കൊണ്ടൊന്നും കാലങ്ങളായി തുടരുന്ന പതിവുകൾ, നാട്ടുനടപ്പുകൾ എന്നിവ ഒരു മേഖലയിലും മാറാൻ പോകുന്നില്ല. പുരുഷന്മാരുടെ കുത്തക ആയ പ്രിന്റ് മീഡിയയിൽ ദീർഘകാലം ജോലി ചെയ്തിട്ടുള്ള ഞാൻ ഒട്ടുമിക്ക ഇടങ്ങളിൽ നിന്നും കേട്ടിട്ടുള്ള ഉപദേശമുണ്ട്: be flexible!

ഇതു സ്ത്രീകൾക്ക് മാത്രം വേണ്ട ഗുണമാണ്. ഒപ്പം, എന്തിനാണ് നെഗറ്റീവ് ആയി കാര്യങ്ങൾ കാണുന്നത് (വിമർശനം അരുത് എന്ന്); മറ്റുള്ള സ്ത്രീകളെ പോലെ പെരുമാറാൻ അറിയില്ലേ (അനുസരണ കാട്ടണം എന്ന് വ്യംഗ്യം) ഒരു പത്രത്തിൽ ജോലി ചെയ്തപ്പോൾ ഒരു സഹപ്രവർത്തക തന്നെ, എനിക്ക് അനുസരണ ഇല്ല എന്ന് എഡിറ്റർക്ക് പരാതി കൊടുത്തു.

അതേസമയം, ഇങ്ങനെയൊക്കെ ഒരു പുരുഷൻ പെരുമാറിയാൽ അവൻ ധീരൻ, വീരൻ, അനീതിക്കെതിരെ പൊരുതുന്നവൻ. ചില കാര്യങ്ങളിൽ ഞാൻ ുലശൈശശൈ ആണ്. സ്ത്രീ പുരുഷ സമത്വം അതു പോലുള്ള ഒരു വിഷയമാണ്. ഷോപീസ് നിയമനങ്ങൾ, വസ്ത്രധാരണ രീതി, സോഷ്യൽ മീഡിയ നെഗളിപ്പുകൾ ഒക്കെ ക്കണ്ട് മാറ്റങ്ങൾ ഉണ്ടായി എന്ന് വിശ്വസിക്കാൻ ഞാനില്ല.

കാലം മാറുന്നുണ്ടാകാം, പക്ഷേ മനുഷ്യർ ഡ്രാമ തുടരുന്നു!

○○

18

ഹാപ്പി പീരീഡ്

ആർത്തവാവധി ആരും കനിഞ്ഞു നല്കേണ്ടതല്ല. സ്വയം അങ്ങു അവധി എടുക്കുക. വേദന സംഹാരി ഉള്ളപ്പോൾ ഈ വേദന സഹിക്കേണ്ടതില്ല എന്നു പറഞ്ഞു തന്ന ഒരു ഡോക്ടറുടെ വാക്കുകൾ എപ്പോഴും ഞാനോർക്കും. ഒപ്പം എന്റെ വീട്ടിലും പെണ്ണുങ്ങളുണ്ട്, ലീവെടുത്തത് ഒരു അടവെന്നു പറഞ്ഞ, ഇപ്പോൾ പലതിലും സ്ത്രീപക്ഷ ചിന്തകൾ എഴുതിത്തള്ളുന്ന ഒരു മുൻ പ്രവാസിമലയാളി എഡിറ്ററിനെയും മറക്കില്ല.

ഡോക്ടറിനോടും വീട്ടുകാരോടുമൊഴികെ നാട്ടുകാരെ ചെണ്ട കൊട്ടിച്ച് അറിയിക്കേണ്ട ഒന്നല്ല പീരിയഡും അതു കൊണ്ടുണ്ടാകുന്ന ബുദ്ധിമുട്ടുകളും. കൃത്യമായി മരുന്നു കഴിച്ച് ഏതു കൊടിയ പീരിയഡിനെയും നേരിടാമെന്നു അനുഭവം തന്നെ ഗുരു. പൊതുവേ പീരിയഡിനു പെയിൻ കില്ലർ കഴിക്കുന്നത് ഭാവിയിൽ ദോഷം ചെയ്യുമെന്നൊരു തെറ്റിദ്ധാരണ സ്ത്രീകൾക്കിടയിലുണ്ട്. അതാണ് മാറ്റിയെടുക്കേണ്ടത്.

വൃത്തിയും വെള്ളവുമുള്ള പ്രത്യേക ടോയിലറ്റുകൾ എല്ലാ പൊതുഇടങ്ങളിലും സ്കൂൾ, കോളജ്, ഓഫീസുകളിൽ നിർബന്ധമായും ഉണ്ടായിരിക്കണമെന്നു ഒരു മന്ത്രിയോ രാഷ്ട്രീയപാർട്ടികളോ പറഞ്ഞാൽ അതാണ് പുരോഗമനപരമായ, കാലോചിതമായ നടപടി. എല്ലാം കനിഞ്ഞു നല്കപ്പെടേണ്ടവളാണ് സ്ത്രീ എന്ന സാമൂഹികബോധം സ്ത്രീ വിരുദ്ധതയാണെന്ന് ഫെമിനിസ്റ്റുകൾ പോലും മനസ്സിലാക്കുന്നില്ല. പീരിയഡ് പെയിനുള്ളവർ പീരിയഡ് ആയിക്കഴിഞ്ഞോ ആകും മുൻപോ ഒരു വേദന സംഹാരി ഡോക്ടറുടെ നിർദേശാനുസരണം വാങ്ങികഴിക്കുക. സോ സിംപിൾ.

ഹാപ്പി പീരിയഡിങ്!

19

പിന്നെന്തിനാ ജീവിക്കുന്നത്?

സൗഹൃദം എല്ലാവരോടും ഒരേ പോലെ ഒരേ അളവിൽ കാണിക്കേണ്ടതല്ല എന്നു പഠിപ്പിച്ച ഒരു വിദ്വാനെ പരിചയപ്പെടുത്താം. മലയാളികൾ വളരെക്കുറച്ചു മാത്രമുള്ള ഒരു അന്യസംസ്ഥാന മീഡിയ സ്ഥാപനത്തിൽ വെച്ചാണ് ഈ കഥാപാത്രത്തെ പരിചയപ്പെടുന്നത്. ഫോൺനമ്പർ ചോദിച്ചപ്പോൾ ഒരേ നാട്ടുകാർ എന്ന നിലയ്ക്ക് പറഞ്ഞുകൊടുത്തു.

രണ്ടു ദിവസം കഴിഞ്ഞ് ഒരു മെസ്സേജ്.

'ഇപ്പൊ ഞാൻ ഫ്രീ ആയി. ഭാര്യ നാട്ടിൽപ്പോയി. സ്വസ്ഥമായി!'

'അതിനു ഞാൻ എന്ത് വേണം' എന്ന് ചോദിച്ചാൽ ഞരമ്പുരോഗം കൂടും എന്ന ഉറപ്പുള്ളത് കൊണ്ട് മറുപടി കൊടുത്തില്ല. തനിച്ചാണ് എന്റെ താമസം എന്നറിഞ്ഞിട്ടാണ് കക്ഷിക്ക് ഇരിക്കപ്പൊറുതി ഇല്ലാതായത്. ഓഫീസിൽ വെച്ചു പിന്നീടു കണ്ടപ്പോൾ ആദ്യം കക്ഷിക്ക് ഒരു ചളിപ്പ്. രണ്ടു ദിവസം കഴിഞ്ഞ് ധൈര്യം സംഭരിച്ച് വഷളൻ ചിരിയുമായി എന്റെ അടുത്ത് ഒഴിഞ്ഞു കിടന്ന കസേരയിൽ ചാഞ്ഞുകിടന്നു (വളരെ ഉച്ചത്തിൽ സംസാരിക്കുന്ന പുരുഷന്മാരെ തീരെ സഹിക്കാൻ പറ്റാത്ത എന്നോട്) വലിയ വായിൽ,

വഷളൻ: മെസ്സേജിന് മറുപടി കണ്ടില്ല?

ഞാൻ: എന്നും ഓഫീസിൽ കാണുന്നവർ, മെസ്സേജ് അയക്കുന്നത് എന്തിന്?

വഷളൻ: 'അടിയുണ്ടോ?'

ഞാൻ: മനസിലായില്ല.

വഷളൻ: അല്ലാ, വെള്ളമടി ഉണ്ടോ എന്ന്?

ഞാൻ: ഇല്ലല്ലോ?

വഷളൻ: പുതിയ വീട് എടുത്തു എന്നറിഞ്ഞു. ഞാൻ അതിന്റെ അടുത്ത പെന്റ് ഹൗസിലാണ്, ഇടക്ക് പാർട്ടികൾ ഉണ്ട്. എല്ലാ സൗ

കര്യവും ഉണ്ട്. എന്നാണ് ഡേ ഓഫ്. അങ്ങോട്ട് ഇറങ്ങാം. പറഞ്ഞാൽ മതി കേട്ടോ. ഭാര്യയും പിള്ളേരുമൊക്കെ പോയപ്പോൾ സ്വസ്ഥമായി. വലിയുണ്ട് അല്ലേ?

ഞാൻ: ഇല്ലല്ലോ.

വഷളൻ: ഛെ...പിന്നെന്തിനാ ജീവിക്കുന്നത്? അടിയില്ല, വലിയില്ല...മോശം മോശം. വീക്കെൻഡിൽ മറ്റു പരിപാടികൾ എന്താണ്?

ഞാൻ: എന്ത് പരിപാടി?

വഷളൻ: ഛെ..എന്തൊരു ജീവിതം.

ഞാൻ: അതെ, മോശം, മോശം.

വഷളൻ: എന്തിനാ ഇങ്ങനെ ജീവിക്കുന്നത്?

ഞാൻ: എന്റെ സംശയവും അത് തന്നെ, എന്തിനാ ഇങ്ങനെ ജീവിക്കുന്നത് എന്ന്? എന്റെ ഓരോ വാക്കും കളിയാക്കലാണെന്ന് മനസ്സിലാക്കാൻ കക്ഷി കുറച്ചു നേരമെടുത്തതു കൊണ്ട് എനിക്ക് നല്ല നേരംപോക്ക് ആയി. കാര്യം മനസിലായതും കസേര ശബ്ദത്തോടെ വലിച്ചുമാറ്റി കഷ്ടം, എന്നു പറഞ്ഞു കൊണ്ട് സ്വന്തം സീറ്റിലേക്ക് പുള്ളി മടങ്ങി. പണ്ടൊക്കെ ഇത്തരക്കാരെ നേരിടുന്നത് ദേഷ്യത്തോടെ ആയിരുന്നു. വൈകി ആണെങ്കിലും പരിഹാസത്തേക്കാൾ മികച്ചൊരു ആയുധം ഇല്ലെന്ന് അന്ന് മനസ്സിലായി. പക്ഷേ, ഒരു പെണ്ണിനെ കണ്ടാൽ, അവൾ തനിച്ചാണ് എന്ന് മനസ്സിലായാൽ, ഈസ് ലി അവയിലബിൾ എന്ന പുരുഷചിന്ത എത്ര വികൃതവും വെറുപ്പും ഉണ്ടാക്കുന്നതാണ് എന്ന് ഇവരെ പോലുള്ളവർ അറിയുന്നില്ല.

ഏതു സ്ത്രീയും തനിക്ക് അവകാശപ്പെട്ടത് എന്ന തരംതാണ അഹന്ത വച്ചുപുലർത്തുന്ന പുരുഷന്മാർ ബുജിപരിവേഷം അണിഞ്ഞു നടക്കുന്നവർക്കിടയിൽ വർദ്ധിക്കുന്നു എന്നത് ഞെട്ടിക്കുന്നു. ഇക്കാലത്ത് ജോലിയോ പഠിപ്പോ മുൻപത്തെ പോലെ സ്ത്രീകളെ 'ചരക്കായി' കാണാതിരിക്കാൻ മറ്റു പുരുഷന്മാരെയും പ്രാപ്തരാക്കുന്നില്ല എന്നത് അതിനേക്കാൾ ഞെട്ടിക്കുന്നു. ഏതു സ്ത്രീയും ഏതു പ്രായത്തിലും പുരുഷന് വഴങ്ങേണ്ടവൾ എന്ന അവസ്ഥയിലാണ് ഇന്ത്യ മഹാരാജ്യത്തെ പുരുഷന്മാർ. കേരളത്തിലെ ഇത് പോലുള്ള ബുജി പുരുഷന്മാർക്ക് തൊലിക്കട്ടി കൂടുതലും. ആരുടെ ഒപ്പം വലിക്കണം, കുടിക്കണം, കിടക്കണം എന്നൊക്കെ തീരുമാനിക്കാൻ കെൽപ്പുള്ളവരാണ് ഇന്നത്തെ സ്ത്രീകൾ എന്ന് ഈ വിഡ്ഢി കൂശ്മാണ്ടങ്ങൾ അറിയുന്നില്ല. സ്വന്തം ഭാര്യയെ കൂട്ടി

കൊടുക്കുന്ന ഗ്രൂപ്പുകൾ ഉണ്ടാകുന്നത് ഇതൊക്കെ കൊണ്ടുതന്നെ അതിശയമായി തോന്നുന്നില്ല. ബന്ധങ്ങൾക്ക് പകരം പണവും സെക്സും എല്ലാത്തിനും മാനദണ്ഡമായി മാറി കഴിഞ്ഞു.

മുൻവിധി വെച്ചുകൊണ്ട് എല്ലാ പെണ്ണുങ്ങളെയും ഒരേ അച്ചു തണ്ടിൽ കാണാതിരിക്കുക പ്ലീസ്... സെക്സിന് മാനസിക അടുപ്പം വേണം, അല്ലാതുള്ളത് റേപ് ആണ്. ഇതൊക്കെ അമ്മമാർ മക്കളെ പഠിപ്പിച്ചു കൊടുക്കണം. ആണിനും പെണ്ണിനും. ലൈംഗി കവിദ്യാഭ്യാസം വീട്ടിൽ നിന്നാകട്ടെ.

○○

20

താലിബാൻ നാണിക്കും വിധി

രാത്രികാല സഞ്ചാരത്തിനു കേരളം സജ്ജമായിട്ടില്ല എന്നു കോടതിയല്ല തീരുമാനിക്കേണ്ടത്, ജനങ്ങളാണ്. എല്ലാവരും ഇറങ്ങി നടന്നാൽ തീരുന്ന പ്രശ്നമേ ഉള്ളൂ. താലിബാനെ തോൽപ്പിക്കുമല്ലോ കേരളത്തിലെ കോടതി. ടി.വിയുടെ കടന്നുവരവോടെയാണ് സ്ത്രീകൾ വീടിനകത്ത് അടച്ചിരിക്കാൻ തുടങ്ങിയത്. എന്റെ കുട്ടിക്കാലത്ത് രാത്രി എട്ടു മണി കഴിഞ്ഞ് ഞങ്ങളുടെ വീട്ടിലേക്കു തനിച്ചും കൂട്ടമായും വന്നിരുന്ന എത്രയോ സ്ത്രീകൾ, ബന്ധുക്കളുണ്ടായിരുന്നു. അന്നൊക്കെ മുസ്ലീംസ്ത്രീകൾ ഇരുട്ടുപരക്കാൻ കാത്തിരിക്കും 'സർക്കീട്ടു' നടത്താൻ. ഇന്നത്തെ സ്ത്രീകളെക്കാൾ ധൈര്യമുള്ളവർ തന്നെയായിരുന്നു അവരൊക്കെയും. ചൂട്ടു പിടിച്ചും ടോർച്ചടിച്ചുമൊക്കെ പേടികൂടാതെ വരുന്ന അവരിൽ വിധവകളും ഭർത്തൃപീഡനമനുഭവിക്കുന്നവരും അവിവാഹിതരുമൊക്കെ ഉണ്ടായിരുന്നു.

അക്കാലത്ത് രാത്രി ഒൻപതു മണി കഴിഞ്ഞാൽ വെളിച്ചം കാണുന്ന രണ്ടേരണ്ടു വീടുകളിൽ ഒന്നു ഞങ്ങളുടേതായിരുന്നു. എന്നാൽ ടി. വി കടന്നുവരും മുൻപു തന്നെ അച്ഛന്റെ മരണശേഷം അമ്മയെയും ഞങ്ങൾ കുട്ടികളെയുമൊക്കെ കാണാൻ വരുന്ന ബന്ധുക്കളുടെ വീട്ടിലേക്കുള്ള ഒഴുക്ക് നിലച്ചിരുന്നു. ഒടുവിൽ എപ്പോഴോ ആരും വരാതെ ആയി. അതാണ് സീരിയൽ യുഗം. 2004 ൽ കേരളം വിടും വരെ ധൈര്യത്തോടെ ഞാനും രാത്രിയിൽ തീവണ്ടിയിൽ വന്നിറങ്ങി പേടി കൂടാതെ ഓട്ടോറിക്ഷ പിടിച്ചു വീട്ടിൽ ചെല്ലാറുണ്ടായിരുന്നു. അതിനു ശേഷമുള്ള പ്രവാസകാലത്താണ് കേരളത്തിൽ സ്ത്രീകൾ ആറു മണിക്കു ശേഷം പുറത്തിറങ്ങുന്നത് അപകടകരമെന്നു കേൾക്കാൻ തുടങ്ങിയത്. ഹോസ്റ്റലുകളിലെ സമയനിഷ്ഠ അന്നുമിന്നും ഒരു പോലെ. അതു മാറ്റിയെടുക്കാൻ മുൻകൈ എടുക്കേണ്ട കോടതി തന്നെ ഇങ്ങനെ ആയാൽ! അല്ലാ, ഒരു ഓർഡിനൻസിനു വകുപ്പുണ്ടോ?

ഠഠ

21

തൊഴിലിടങ്ങളിലെ ഡ്രസ്സ്കോഡ്

സ്വന്തമായി വരുമാനം വേണം എന്നുള്ള ചിന്ത വന്നുതുടങ്ങിയപ്പോഴാണ് ഒരുകാലത്തു സ്ത്രീകൾ തൊഴിൽ രംഗത്തേക്ക് കൂട്ടത്തോടെ എത്താൻ തുടങ്ങിയത്. എന്നാൽ പുതിയപഠനങ്ങൾ പ്രകാരം ഇന്ത്യൻ സ്ത്രീകൾ തൊഴിൽമേഖലയിൽ നിന്ന് വിട്ടുനിൽക്കാൻ ആഗ്രഹിക്കുന്നവരാണ്, വിശേഷിച്ചു വിവാഹശേഷം. കുടുംബഭാരവും ജോലിയും ഒരുമിച്ചുകൊണ്ടുപോകാൻ സാധിക്കാത്ത സ്ത്രീകൾ കുട്ടികളൊക്കെയായി കഴിയുമ്പോൾ ജോലി നിർത്തുന്നു, അല്ലെങ്കിൽ ജോലി ഉപേക്ഷിക്കാൻ നിർബന്ധിതരാകുന്നു. പുരുഷന്മാർ കരുതുന്ന പോലെ രണ്ടറ്റം കൂട്ടിമുട്ടിക്കാനുള്ള ഒരു ഉപാധി മാത്രമല്ല സ്ത്രീകൾക്ക് ഉദ്യോഗം. വെറും അടുക്കളക്കാരിയല്ല താനെന്ന ബോധം അവളെ കുടുംബത്തിനകത്തും പുറത്തും സ്വയം വിലയുള്ളവളാക്കുന്നു. അതിന്റെ ഗൗരവവും ബഹുമാനവും കുടുംബത്തിനകത്തും അവൾ പ്രതീക്ഷിക്കുന്നുണ്ട്. എന്നാൽ വെറുമൊരു എടിഎം മെഷീൻ ആയിപോകുന്നുണ്ടോ താൻ എന്ന് ചിന്തിക്കാത്ത സ്ത്രീകൾ കുറവാണ്. അതുതന്നെയാണ് അവളെ തൊഴിലിൽ നിന്ന് വിട്ടുനിൽക്കാൻ പ്രേരിപ്പിക്കുന്ന പ്രധാനകാരണവും.

വ്യക്തിപരമായി പറയുമ്പോൾ പത്രപ്രവർത്തകയായി യു.എ.ഇയിൽ ജോലി ചെയ്യാൻ തുടങ്ങിയ ശേഷമാണ് തടസ്സങ്ങളില്ലാതെ ഇഷ്ടമുള്ള വസ്ത്രങ്ങൾ ധരിച്ചു ജോലി സ്ഥലത്തേക്ക് പോകാൻ സാധിച്ചത്. ചുറ്റുപാടുകളോടു സ്വതന്ത്രമായി പ്രതികരിക്കാനും സാമൂഹികനന്മയെ കരുതി പ്രവർത്തിക്കാനും പത്രപ്രവർത്തനമാണ് യോജിച്ച തൊഴിൽ എന്ന് എങ്ങനെയോ ഒരാശയം മനസിൽ കടന്നുകൂടുന്നത് ഒൻപതാം ക്ലാസ്സിൽ പഠിക്കുമ്പോൾ ആയിരുന്നു. എല്ലാത്തിനും പുറമേ സ്ത്രീകൾ അധികം കടന്നുവരാത്ത വെല്ലു

വിളികൾ നിറഞ്ഞൊരു മേഖല എന്നതും മാധ്യമപ്രവർത്തനത്തോട് ഒരു പ്രത്യേക മമത ഉണ്ടാക്കി. പത്രപ്രവർത്തനം എന്ന സ്വപ്നം സാക്ഷാത്കരിക്കാൻ വേണ്ടിയായിരുന്നു 1996 -ൽ തിരുവനന്തപുരത്തെ അമ്പലത്തറയിൽ പുതിയതായി തുടങ്ങിയ സ്കൂളിൽ ഇംഗ്ലീഷ് അധ്യാപികയായി ജോലിക്കു ചേർന്നത്. അധ്യാപികമാർ ഡോക്ടർമാരുടേതു പോലുള്ള കോട്ട് ധരിക്കണമെന്നു ജോയിൻ ചെയ്ത ദിവസം തന്നെ മുസ്ലിം മാനേജ്മെന്റിന് കീഴിലുള്ള സ്കൂളിൽ നിന്ന് നിർദേശം കിട്ടി. കോട്ടു ധരിക്കാമെങ്കിൽ ചുരിദാർ അനുവദിക്കണമെന്ന് മാനേജ്മെന്റിനോട് പറഞ്ഞാലോ എന്ന് സ്റ്റാഫ് റൂമിൽ വിഷയം അവതരിപ്പിച്ചപ്പോൾ ഒന്നോ രണ്ടുപേർ ഒഴികെ മറ്റാരും പിന്തുണച്ചില്ല. കാരണം മിക്ക അധ്യാപികമാരും വിവാഹിതരും കുട്ടികളുള്ളവരുമൊക്കെ ആയിരുന്നു. അവർക്ക് ചുരിദാർ ധരിച്ചു വീട്ടിൽ നിന്നിറങ്ങാൻ സാധിക്കില്ല എന്നതായിരുന്നു പ്രശ്നം. എന്നാൽ എം.എ പഠനം കഴിഞ്ഞിറങ്ങിയ എനിക്കാകട്ടെ സാരി ധരിക്കാനുള്ള ബുദ്ധിമുട്ടായിരുന്നു പ്രശ്നം.

തലയിൽ സ്കാർഫ് ഇടാതെ മാത്രമേ അധ്യാപനം ചെയ്യാൻ താല്പര്യമുള്ളൂ എന്ന നിബന്ധന അനുവദിച്ച സ്കൂൾ അധികൃതർ ചുരിദാർ ധരിക്കാനുള്ള ന്യായമായ ആവശ്യമനുവദിച്ചു തരുമെന്ന് പ്രതീക്ഷ ഉണ്ടായിരുന്നില്ല. എങ്കിലും ബി. എഡ് പഠനകാലത്തു ഫിസിക്കൽ എഡ്യൂക്കേഷൻ ക്ലാസിനു ചുരിദാർ ധരിക്കാനുള്ള അനുവാദവും അവകാശമൊക്കെ നേടിയെടുത്ത 'പരിചയവും' കൂടിയായപ്പോൾ സഹപ്രവർത്തകരുടെ എതിർപ്പ് മറികടന്നു സ്കൂൾ തുറക്കും മുൻപ് ധൈര്യത്തോടെ പ്രിൻസിപ്പാളിനോട് കാര്യം അവതരിപ്പിച്ചു. ആദ്യം എതിർത്തെങ്കിലും പുറമെ കോട്ട് ധരിക്കുമ്പോൾ അകമേ ചുരിദാർ ആയാൽ എന്തുകുഴപ്പമാണ് സർ എന്ന ചോദ്യത്തിൽ കാര്യമുണ്ടെന്നു മനസിലാക്കിയപ്പോൾ ധരിക്കാൻ അനുമതി കിട്ടി.

മുതിർന്ന അധ്യാപികമാർ മുറുമുറുക്കലുകൾ തുടർന്നപ്പോഴും കൂസാക്കിയില്ല. അധികം വൈകാതെ ചിലർ മടിച്ചുമടിച്ചു ഇടയ്ക്കിടയ്ക്ക് ചുരിദാർ ഇടാൻ തുടങ്ങി. ഇന്ന് ആ സ്കൂളിൽ എന്നല്ല കേരളത്തിലെ ഏതു സ്കൂളിലും അധ്യാപികമാർക്കു ചുരിദാർ ധരിക്കാം എന്ന അവസ്ഥയുണ്ട്. 1999-ൽ പേട്ടയിലെ കേരളകൗമുദി വളപ്പിൽ തന്നെ പ്രവർത്തിച്ചിരുന്ന കലാകൗമുദിയിൽ ഏക വനിതാ പത്രപ്രവർത്തകസമിതി അംഗമായി ചേർന്നു. കേരളകൗമുദി പത്രത്തിലാകട്ടെ ഒരൊറ്റ വനിതാ പത്രപ്രവർത്തക സമിതി

അംഗം പോലുമില്ല. കലാകൗമുദിയുടെ ഭാഗമായ വെള്ളിനക്ഷത്രത്തിൽ രണ്ടു വനിതകൾ, കൗമുദി വെബ്സൈറ്റിൽ മറ്റുരണ്ടുപേർ, അങ്ങനെ ആകെ അഞ്ചു സ്ത്രീകൾ മാത്രമായിരുന്നു അന്നവിടെ പത്രപ്രവർത്തകരായി ഉണ്ടായിരുന്നത്. ഡിടിപി ജോലികൾക്കായി നിരവധി സ്ത്രീകൾ ഉണ്ടായിരുന്നുതാനും. പ്രൂഫിലും സ്ത്രീകൾ ഉണ്ടായിരുന്നു. ഞങ്ങൾ മൂന്നുപേർ ഒഴികെ ബാക്കിയുള്ളവരെല്ലാം സാരി വേഷമായി സ്വീകരിച്ചവർ.

ഒരു ദിവസം ഒരു ലോങ്ങ് സ്കേർട് ധരിച്ച് ഓഫിസിൽ എത്തിയപ്പോൾ ഇതു പത്രസ്ഥാപനമാണ്, കോളേജല്ല എന്ന ഉപദേശം കിട്ടിയതോടെ മിഡി മോഹം ഉപേക്ഷിച്ചു. ഖദറും സഞ്ചിയുമൊക്കെ പത്രപ്രവർത്തകരുടെ ലേബൽ ആയിരുന്ന കാലത്തു മിഡി വേണ്ടെന്നുള്ള എഡിറ്ററുടെ ഉപദേശം വിലക്കായും തോന്നിയില്ല. കലാകൗമുദിയുടെ ഉത്തരവാദിത്തമുള്ള ജോലിക്കും അന്തരീക്ഷത്തിനും യോജിച്ചതല്ല മിഡിയെന്നു തോന്നുകയുംചെയ്തു. അഞ്ചു കൊല്ലമാണ് എൻ ആർ എസ് ബാബു പത്രാധിപരായുള്ള കലാകൗമുദി വാരികയിൽ കള്ളിക്കാട് രാമചന്ദ്രൻ, ഇ വി ശ്രീധരൻ, വിജു വി നായർ തുടങ്ങിയവർ ഉൾപ്പെടുന്ന പത്രാധിപ സമിതിയിലെ ഏക വനിതാ അംഗമെന്ന നിലക്ക് മാധ്യമപ്രവർത്തനം ചെയ്തത്. സ്ത്രീയെന്ന മുൻഗണനന വേണം എന്നൊന്നും ആവശ്യപ്പെടരുത് എന്നൊരു ഉപദേശമാണ് എൻ ആർ എസ് 1999 -ൽ ട്രെയിനി ആയി ജോയിൻ ചെയ്തപ്പോൾ നൽകിയത്. പക്ഷേ, എൻ ആർ എസ്സിന്റെ വിശാലമനസ്കത ഉള്ളവരല്ല ഒപ്പമുള്ള എല്ലാവരും എന്ന് അധികം വൈകാതെ മനസിലാക്കി. ഇന്ന്, ഗ്ലാമറും പ്രശസ്തിയും മാത്രമാഗ്രഹിച്ചു പത്രപ്രവർത്തകയായി മാറുന്ന പെൺകുട്ടികൾക്ക് ഊഹിക്കാൻ പോലുമാകാത്ത വിധമുള്ള കടുത്ത ശിക്ഷണമാണ് അന്നവിടെ നിന്നു ലഭിച്ചത്. ജോലിയിലെ ഏതു പ്രതിസന്ധിയും നേരിടാൻ കരുത്തേകിയ അനുഭവപാഠം പ്രവാസിയായപ്പോഴാണ് ഗുണകരമായത്.

പത്രപ്രവർത്തനപരിശീലനം നേടിയവരല്ല യു.എ.ഇ യിലെ ഇംഗ്ലീഷ് പത്രങ്ങളിൽ ജോലിചെയ്യുന്ന ഭൂരിഭാഗവും. അതുകൊണ്ടുതന്നെ കലാകൗമുദിയിലെ പരിചയവുമായി യു.എ.ഇ യിൽ എത്തിയപ്പോൾ നിരാശ തോന്നി. രാഷ്ട്രീയവും സാഹിത്യവും ചൂടുപിടിച്ച ചർച്ചകളുമില്ലാത്ത തണുപ്പൻ ന്യൂസ്റൂം. പത്രപ്രവർത്തനപരിചയമില്ലാത്ത സഹപ്രവർത്തകർ, പത്രപ്രവർത്തനത്തിന്റെ ബാലപാഠം പോലുമറിയാത്തവർ ഉന്നതസ്ഥാനങ്ങളിൽ, ഒരു

സംശയം വന്നാൽ നാട്ടിലേക്ക് വിളിക്കണമെന്ന അവസ്ഥ. മറ്റേതു തൊഴിലും പോലെയെ പത്രപ്രവർത്തനത്തെ ഇവിടെ കാണുന്നുള്ളൂ എന്നൊക്കെയുള്ള അവസ്ഥകൾ ആദ്യമൊക്കെ ഞെട്ടിച്ചുവെങ്കിലും ശൈശവദശയിലാണ് ഗൾഫ് മേഖലയിലെ മാധ്യമമേഖല എന്നറിഞ്ഞപ്പോൾ അതിനെക്കുറിച്ച് കൂടുതൽ അറിയാനുള്ള ശ്രമമായി. കരുതലോടെ ശ്രമിച്ചാൽ മാധ്യമസ്വാതന്ത്ര്യമില്ലാത്ത നാട്ടിലും അന്വേഷണാത്മക പത്രപ്രവർത്തനം സാധിക്കുമെന്ന കണ്ടെത്തൽ ജോലിയിലെ മുഷിപ്പു മാറ്റി. പ്രമുഖഎഴുത്തുകാർക്കും രാഷ്ട്രീയക്കാർക്കും വേണ്ടി അഭിമുഖത്തിനായി കാത്തുനിൽക്കേണ്ടുന്ന അവസ്ഥയായിരുന്നു നാട്ടിലെങ്കിൽ ഇവിടെ അവർ പത്രപ്രവർത്തകർക്കു മുന്നിൽ യാതൊരു മുൻവിധികളുമില്ലാതെ സംസാരിക്കാൻ തയ്യാറാകുന്ന രസകരമായ അനുഭവങ്ങൾ!

പക്ഷേ, നാട്ടിൽ അന്നും ഇന്നും തൊഴിൽ രംഗത്തെ സ്ത്രീകൾക്ക് ലഭിക്കാത്ത ബഹുമാനം, സുരക്ഷ, ഇഷ്ടപ്പെട്ട രീതിയിൽ വസ്ത്രധാരണചെയ്യാനുള്ള സ്വാതന്ത്ര്യവും കിട്ടിയപ്പോൾ മരുഭൂമിയുമായി പതിയെ പൊരുത്തപ്പെട്ടു. വിദേശത്തായാലും സ്വദേശത്തായാലും സൗകര്യപ്രദമായ വസ്ത്രംധരിച്ചു ജോലിക്കു പോകാൻ സ്വാതന്ത്ര്യമുള്ളവരല്ല കേരളത്തിലെ സ്ത്രീകൾ എന്നാണു രണ്ടു പതിറ്റാണ്ടിലേറെയായുള്ള തൊഴിൽ ജീവിതത്തിനിടയിൽ മനസിലാക്കിയത്. വസ്ത്രധാരണരീതി ഓരോ രാജ്യത്തെയും കാലാവസ്ഥയുമായി അഭേദ്യമായി ബന്ധപ്പെട്ടിരിക്കുന്നുവെങ്കിലും തൊഴിലിനനുസരിച്ചു വേഷവിധാനത്തിൽ മാറ്റം വരുത്താൻ മലയാളി സ്ത്രീകൾക്ക് സ്വദേശത്തായാലും വിദേശത്തായാലും വിമുഖത കൂടുതലാണ്. സ്വന്തം ഭാര്യ ഏതെങ്കിലും ഒരു സിനിമാനടിയെ പോലെ സാരിയും ചുരിദാറുമൊക്കെ ഇട്ടുനടക്കുന്നതിൽ അഭിമാനം കൊള്ളുന്ന മലയാളി പുരുഷന്മാരെ സോഷ്യൽ മീഡിയയിലും മറ്റുംകാണാം എന്നല്ലാതെ നിത്യജീവിതത്തിൽ ഉദ്യോഗസ്ഥയായ ഒരു സ്ത്രീക്ക് അവൾക്കു ഇഷ്ടപ്പെട്ട വസ്ത്രം തിരഞ്ഞെടുക്കാനുള്ള സ്വാതന്ത്ര്യമൊക്കെ കൊടുക്കുന്നുണ്ടോ എന്ന് സംശയമാണ്.

സ്വതന്ത്രമായി വസ്ത്രം ധരിക്കുന്നവരിൽ പുതിയ തലമുറ മുന്നിലാണെങ്കിലും അതു കേരളത്തിന് പുറത്തുള്ള സ്വകാര്യമേഖലയിൽ ഒതുങ്ങുന്നു. അതൊരളവിൽ പലപ്പോഴും ചൂഷണത്തിന്റെ മട്ടിലേക്കും മാറുന്നുമുണ്ട് മൾട്ടി നാഷണൽ കമ്പനികളിൽ. ഇപ്പോൾ ഉദ്യോഗസ്ഥരായ സ്ത്രീകൾ സാരി മാത്രമേ ധരിക്കൂ അല്ലെങ്കിൽ ധരിക്കാവൂ എന്ന അലിഖിതനിയമമൊക്കെ പോയി ചുരിദാർ വരെ

എത്തി നിൽക്കുന്നു എന്നുണ്ടെങ്കിലും ജീൻസും ഷർട്ടുമൊക്കെയിട്ടു കേരളത്തിലെ ഒരു സ്ഥാപനത്തിൽ നിത്യവും ജോലിക്കു പോകാൻ ഇന്നും സ്ത്രീകൾക്ക് മടിയാണ്. എന്തിന്, ഒരു ജാക്കറ്റ് കൈവശം കരുതാൻ പോലും നാണക്കേടാണ്.

സോഷ്യൽ മീഡിയയിലും ടി.വി ചാനലുകളിലും സിനിമകളിലും കാണുന്ന വിധം കേരളത്തിലെ സാധാരണ സ്ത്രീകൾ മാറിയിട്ടില്ല എന്ന് തീവണ്ടികളിലും ബസുകളിലും നിത്യേന യാത്ര ചെയ്തു ജോലിക്കും പഠനത്തിനുമായി പോകുന്ന ഉദ്യോഗസ്ഥരെയും വിദ്യാർത്ഥിനികളെയും കാണുമ്പോഴാണ് മനസിലാകുന്നത്. പലർക്കും സ്റ്റൈൽ ആയി നടക്കണമെന്നൊക്കെ ആഗ്രഹമുണ്ട്. പക്ഷേ, മറ്റുള്ളവർ എന്ത് കരുതും എന്നുള്ള ചിന്ത കാരണം പൊതു ട്രെൻഡ് എന്താണോ അത് പിന്തുടരുന്നു. എല്ലാത്തിനുമുപരി അവരുടെ വേഷം എന്തായിരിക്കണം എന്ന് നിശ്ചയിക്കുന്നത് കുടുംബാംഗങ്ങൾ ആയിരിക്കില്ല പലപ്പോഴും. സഹപ്രവർത്തകരാണ്. എന്തിന്, തയ്യൽക്കാർ പോലും നിശ്ചയിച്ചു കളയും ഒരു സ്ത്രീ എന്ത് ധരിക്കണം എന്നത്. ബ്ലൗസ് തയ്പ്പിക്കുമ്പോൾ അവർപറയുന്ന വിധം ചെറിയ കയ്യും വെട്ടിയിറക്കിയ കഴുത്തും മുതുക് തുറന്നിരിക്കുന്ന വിധവുമായിരിക്കണം. അല്ലെങ്കിൽ നിങ്ങൾ ഫാഷനബിൾ അല്ല എന്നവർ ഉറപ്പിക്കും. സൽവാറിന്റെ ഇറക്കം തറയിൽ മുട്ടും വിധം ആയില്ലെങ്കിൽ ശരിയാകില്ല. ചുരിദാർ ഇട്ടാൽ ഷോൾ നിർബന്ധമായിരിക്കണം. ഇങ്ങനെ ഓരോരോ നിർദേശങ്ങൾ അവിടെന്നുമിവിടെന്നും ചിലരെ വലക്കുമ്പോൾ, ചിലർ സിനിമാ സെലിബ്രിറ്റികളെ പോലെ വേഷം ധരിക്കാനും ശ്രമിക്കാറുണ്ട്, കാമുകന്മാരെ അല്ലെങ്കിൽ പരിഷ്കാരിയായ ഭർത്താവിനെ പ്രീണിപ്പിക്കാൻ. എന്നാൽ അത്തരം വേഷവിധാനവുമായി തൊഴിൽ സ്ഥലങ്ങളിൽ പോകാൻ മുപ്പത്തഞ്ചു വയസ്സു കഴിഞ്ഞ ഒരു സ്ത്രീ മടിക്കും.

അടുത്ത കാലത്തുണ്ടായ ജീൻസ് വിപ്ലവംപോലെ തൊഴിൽമേഖയിൽ സ്ത്രീകളുടെ വസ്ത്രധാരണരീതിയിൽ ഒരു മാറ്റമുണ്ടാകുക ഇന്നത്തെ സാമൂഹിക പശ്ചാത്തലത്തിൽ ബുദ്ധിമുട്ടാണ്. സ്കൂളുകളിൽ, കോളേജുകളിൽ, ഓഫീസുകളിൽ ഒക്കെ അദൃശ്യമായ ഇടപെടലുകൾ സ്ത്രീകൾ ഇന്ന് പണ്ടത്തേക്കാൾ നേരിടുന്നുണ്ട്. ഒരു അദ്ധ്യാപിക പറഞ്ഞത് അവരുടെ സ്കൂളിൽ ടൂറിനുപോകുമ്പോൾ പെൺകുട്ടികൾ ജീൻസ് ഇടാൻ പാടില്ല എന്ന് നിർദേശം വന്നതിനെ കുറിച്ചാണ്. യാത്രകളിൽ ജീൻസ് ആണ് സൗകര്യപ്രദ

മെന്നു മറ്റധ്യാപകരെ ഒടുവിൽ വളരെ ബുദ്ധിമുട്ടി അവർ പറഞ്ഞു മനസിലാക്കി. കോളേജിൽ ആൺകുട്ടികളുടെ കളിയാക്കലുകൾ പലവിധത്തിൽ പെൺകുട്ടികൾ നേരിടുന്നുണ്ട്. കുറച്ചുകാലം മുമ്പുണ്ടായ ലെഗ്ഗിങ്സ് വിവാദം ഓർക്കുന്നോ? ഈ ലെഗ്ഗിങ്സ് എന്നത് സ്ത്രീകൾ സ്വന്തമായി ഡിസൈൻ ചെയ്തുണ്ടാക്കിയ വസ്ത്രം പോലെ അതിനെ അധിക്ഷേപിച്ചു. വ്യക്തിപരമായി എനിക്ക് ലെഗിങ്സ് എന്ന ഇറുകിപിടിച്ച വസ്ത്രത്തോടു താല്പര്യമില്ല. അതിലേറെ ചുരിദാറിന്റെ ടോപ് ഇടുപ്പിൽ നിന്ന് തുടങ്ങി സ്ലിറ്റ് ഇടുന്ന രീതിയോടും താല്പര്യമില്ല. എന്നാൻ ഇതൊന്നും സ്ത്രീകളുടെ സംഭാവനയല്ല എന്നതാണ് വാസ്തവം.

പുരുഷന് പാന്റും ഷർട്ടും മാന്യമായ രീതിയിൽ ഏതു രാജ്യത്തും ലഭിക്കുമെന്നിരിക്കെ സ്ത്രീകളുടെ വേഷവിധാനത്തിൽ മാത്രം സഭ്യത എന്നൊരു ഘടകം കടന്നു വരുന്നത് സ്ത്രീകളുടെ ശരീരവടിവുകൾ കാട്ടുന്ന വിധം പുരുഷന്മാർ വസ്ത്രങ്ങൾ ഡിസൈൻ ചെയ്യുന്നു എന്നത് കൊണ്ടാണ്. കേരളത്തിൽ ഒരു സ്ത്രീ തീരെ അപരിഷ്കൃതമായ രീതിയിലുള്ള വസ്ത്രങ്ങളെ തിരഞ്ഞെടുക്കേണ്ടിവരുമ്പോൾ വിദേശരാജ്യങ്ങളിൽ സ്ത്രീകളുടെ ഫോർമൽ ഡ്രെസ്സുകൾ കൂടുതലും ഇറക്കം കുറഞ്ഞ മിഡികൾ അല്ലെങ്കിൽ വളരെ നേർത്ത ടോപ്പുകൾ ആയി വരുന്നു എന്നതാണ്. ഷർട്ടുകളിൽ പോലും സെലക്ഷൻ സ്ത്രീകൾക്ക് കുറവാണ്. മുലയും തുടയും കാട്ടി ഓഫിസിൽ വരുകയും നാട്ടിൽ പോകുമ്പോൾ ചുരിദാർ മാത്രം ധരിക്കുകയും എന്ന ഇരട്ടത്താപ്പ് എടുക്കുന്ന സഹപ്രവർത്തകർക്കിടയിൽ ഒറ്റപ്പെട്ടുവെങ്കിലും സ്വന്തം വ്യക്തിത്വം നിലനിർത്തുമ്പോൾ പ്രവാസലോകത്ത് ഇത്തരം ഒറ്റപ്പെടുത്തലുകൾ സ്വാഭാവികമാണെന്ന് മനസിലാക്കിയതോടെ പിന്നീട് അവരോടൊന്നും വിരോധവും തോന്നിയില്ല.

ഒരു ഇസ്ലാമിക രാജ്യത്തു സ്ത്രീകൾക്ക് അവരുടെ ഇഷ്ടപ്രകാരം വേഷവിധാനം ചെയ്തു നടക്കാൻ സാധിക്കുമ്പോൾ ജനാധിപത്യരാജ്യമായ ഇന്ത്യയിൽ എത്തുമ്പോൾ സമൂഹം നിശ്ചയിക്കുന്ന വിധം വസ്ത്രം ധരിക്കണമെന്ന വാശി എന്തിനെന്നു മാത്രം മനസിലാകുന്നില്ല. കേരളത്തിലേക്ക് എത്തുമ്പോൾ താൻ എന്ത് ധരിക്കണം, എങ്ങനെ വസ്ത്രധാരണം ചെയ്യണം എന്നൊക്കെ നിശ്ചയിക്കാനുള്ള അവകാശം സ്ത്രീകൾക്ക് ഉണ്ടെന്നാണ് അടുത്ത കാലത്തായി തോന്നിയിട്ടുള്ളത്.

പഴയകാലത്തെ തുറിച്ചുനോട്ടങ്ങൾ ഇപ്പോൾ കേരളത്തിലെ

ഗ്രാമങ്ങളിൽ പോലുമില്ല. എന്താണോ തങ്ങളിൽ അടിച്ചേൽപ്പിക്കപ്പെടുന്നത് അതു സ്വയം സ്വീകരിക്കുക മാത്രമേ വഴിയുള്ളൂ എന്നാണു സ്ത്രീകളുടെ പൊതുവെയുള്ള ധാരണ. കേരളത്തിലെ കാലാവസ്ഥക്ക് യോജിച്ച അയഞ്ഞ കോട്ടൺ ചുരിദാറുകൾ ഇന്ന് സാരി ബ്ലൗസ് പോലെ ശരീരത്തോട് ഒട്ടിച്ചേർന്നു കിടക്കുന്ന വിധത്തിലാണ് തയ്ക്കുന്നത്. ജീൻസ്/സ്ലീവ്‌ലെസ്സ് കുർത്തി, പല്ലാസു മിഡി, ഗൗണുകൾ എന്നിവ ധരിക്കുന്ന പെൺകുട്ടികൾ പോലും ഉദ്യോഗം ലഭിച്ചു കഴിഞ്ഞാൽ പിന്നെ അധികം പരീക്ഷണങ്ങൾ വസ്ത്രധാരണരീതിയിൽ നടത്താറില്ല എന്നതാണ് സത്യം.

തൊഴിൽരംഗത്തെ പുരുഷന്മാരുടെ ആത്മവിശ്വാസത്തിനു പ്രധാനകാരണം വസ്ത്രധാരണരീതിയിലെ സ്വാഭാവികതയാണെന്നു സ്ത്രീകൾ മനസിലാക്കുന്നില്ല. അതിനു ദേശഭാഷാഭേദമില്ല. സ്ത്രീകൾക്കായി സ്ത്രീകൾ തന്നെ വസ്ത്രങ്ങൾ ഡിസൈൻ ചെയ്യുന്ന ഒരു കാലം ഉണ്ടാകുമോ?

(സംഘടിത മാസിക പ്രസിദ്ധീകരിച്ചത്)

൦൦

22

തഞ്ചത്തിൽ നിന്നാൽ ഫേസ്ബുക്കും സ്വർഗം

ഹാർട്ടോ മീറ്റർ അങ്ങനെ ഒന്ന് യഥാർത്ഥത്തിൽ ഉണ്ടോ എന്നറിയില്ല. അതേക്കുറിച്ച് മഴ എത്തും മുൻപേ എന്ന ചലച്ചിത്രത്തിൽ മമ്മൂട്ടിയുടെതായി ഒരുഗ്രൻ ഡയലോഗ് ഉണ്ട്. സിനിമ കണ്ടിട്ടുള്ളവർക്ക് അറിയാം അതിന്റെ രസം. പെണ്ണുങ്ങളുടെ മനസ്സളക്കുന്ന യന്ത്രം ചിക്കാഗോയിലെ സായിപ്പ് കണ്ടുപിടിച്ചിട്ടുണ്ട്, അതിങ്ങ് വരട്ടെ എന്നാണ് റാപ് റെഗ്ഗെ എന്നൊക്കെ മലയാളി കേട്ടില്ലാത്ത നാളിൽ ഒരു റാപ് ശൈലിയിൽ മമ്മൂട്ടി, ലേഡീസ് കോളേജിൽ എന്ന പാട്ടിലൂടെ ഹാർട്ടോമീറ്ററിനെ കുറിച്ച് പറയുന്നത്. ചിക്കാഗോക്കാരൻ സായിപ്പിന്റെ ഹാർട്ടോ മീറ്റർ എവിടെയെങ്കിലും ഉണ്ടോയെന്നറിയില്ല. പക്ഷേ, ന്യൂയോർക്കിൽ ജനിച്ച അമേരിക്കക്കാരനായ മാർക്ക് സുക്കർബർഗ് മറ്റൊരു മനസ്സളക്കുന്ന യന്ത്രവുമായി എത്തി. പെണ്ണുങ്ങളുടെ മാത്രമല്ല ആണുങ്ങളുടെയും മനസ്സളന്നുകൊണ്ടേയിരിക്കുന്ന ഫേസ്ബുക്ക് എന്ന സമൂഹമാധ്യമം.

ആണേത് പെണ്ണേത് എന്നറിയാതെയുള്ള ഇടപെടലുകളൊക്കെ ഉണ്ടെങ്കിലും അത്ര പെട്ടെന്നൊന്നും ഒന്നിനെയും അംഗീകരിക്കാൻ കൂട്ടാക്കാത്ത മലയാളികൾക്കിടയിലും സംഗതി ക്ലിക്കായി. ഒരു കാലത്ത് ഭർത്താവു ജോലിക്കും കുട്ടികൾ സ്കൂളിലും പോകാൻ കാത്തിരിക്കുമായിരുന്നു പ്രവാസനാടുകളിലെ കുടുംബിനികൾ. എന്തിനെന്നല്ലേ ഫോണിലൂടെ അല്പസ്വല്പം പരദൂഷണം പറയാൻ. ടെലിഫോൺ ബില്ലു കൂടിയല്ലോ എന്നു ഭർത്താവ് ചോദിച്ചാൽ പിന്നെ കരച്ചിലായി, പിഴിച്ചിലായി. ‘ജോലി കിട്ടുമെന്ന് പറഞ്ഞല്ലേ ഇങ്ങോട്ട് കൊണ്ട് വന്നത്, ഇപ്പോൾ കുട്ടികളെയും നോക്കി വെറുതെ ഇരിക്കാനാണല്ലോ ദൈവമേ എന്റെ വിധി, പുറത്തും കൊണ്ടുപോകില്ല, ഇനി എനിക്ക് ഫോൺ ചെയ്യാനും പാടില്ലെന്നായോ? തലവര...’ എന്നൊക്കെ പരിവേദനം നീളും.

അന്യനാട്ടിൽ അനുഭവിക്കുന്ന ഒറ്റപ്പെടൽ ഒരു വിഷാദരോഗമായി മാറാതിരിക്കാനുള്ള ബോധപൂർവമായ ശ്രമമാണ് ഭാര്യ നടത്തുന്നത് എന്നുകണ്ടു മിക്ക ഭർത്താക്കന്മാരും ഫോൺവിളി രോഗത്തോടു സഹകരിക്കുകയാണ് പതിവ്.

ഇന്റർനെറ്റിന്റെ വരവോടെ കാലം മാറി. അകലങ്ങൾ അങ്ങനെ അല്ലാതെയായി. അതുക്കും മേലെ സമൂഹമാധ്യമങ്ങൾ കൂടി എത്തിയപ്പോൾ ഗൃഹാതുരത്വം എന്നത് സാഹിത്യരോഗം പിടിപെട്ടവർക്ക് മാത്രമുള്ളതായി. ഗൃഹാതുരത്വം വല്ലാതെ പിടികൂടിയ പ്രവാസികൾക്കിടയിലാണ് ഫേസ്ബുക്ക് അതിവേഗം പ്രചരിച്ചത്, വിശേഷിച്ച് വിദ്യാസമ്പന്നരായ വീട്ടമ്മമാർക്കിടയിൽ. ആദ്യമൊക്കെ പലരും എങ്ങനെ പോസ്റ്റ് ചെയ്യണം, എന്തു പോസ്റ്റ് ചെയ്യണം, എങ്ങനെ പ്രതികരിക്കണം, ആളുകൾ എന്തു വിചാരിക്കും, ഭർത്താവ് പ്രശ്നമുണ്ടാക്കാതിരിക്കാൻ എന്തു ചെയ്യണം എന്നൊക്കെയുള്ള സംശയങ്ങളുമായി മെസ്സേജ് ബോക്സിൽ വന്നപ്പോൾ വീട്ടിൽ ബോറടിച്ചിരിക്കുന്ന സ്ത്രീകൾക്ക് ഒരു വിനോദമായല്ലോ എന്നേ കരുതിയുള്ളൂ. ഒന്നിനും കൊള്ളാത്തവരായി കരുതപ്പെട്ടിരുന്ന വീട്ടമ്മമാരുടെ ഒരു ഉയിർത്തെഴുന്നേൽക്കൽ സംഭവിക്കുകയായിരുന്നു പിന്നീട്. വിദ്യാസമ്പന്നരായ സ്ത്രീകൾ കുട്ടികളുടെയും ഭർത്താവിന്റെയും കാര്യങ്ങളിൽ മാത്രം ശ്രദ്ധകേന്ദ്രീകരിച്ചു വിഷാദരോഗവുമായി മല്ലിട്ട് കൊണ്ടിരിക്കുന്ന അവസ്ഥയിൽ നിന്ന് മോചിതരാകുന്ന അതിശയകാഴ്ച!

സമൂഹമാധ്യമങ്ങളിൽ എഴുത്തുകാർ, രാഷ്ട്രീയക്കാർ, സിനിമാതാരങ്ങൾ ആരൊക്കെ ഉണ്ടെന്നും അവരൊക്കെ എന്തു പോസ്റ്റ് ചെയ്യുന്നുമെന്നൊക്കെയുള്ള കൃത്യമായ വിവരങ്ങൾ വേണമെങ്കിൽ ഇന്ന് ഈ വീട്ടമ്മമാരോട് ചോദിക്കേണ്ട ആവശ്യമേയുള്ളൂ; മറുപടി വിരൽതുമ്പിൽ എത്തിച്ചു തന്നിരിക്കും അവർ. വേറെ പണിയൊന്നുമില്ലാത്തത് കൊണ്ടാണ് എന്നൊക്കെപ്പറഞ്ഞ് ആക്ഷേപിക്കാൻ വരട്ടെ. പലർക്കും നഷ്ടപ്പെട്ട ജീവിതമാണ് സാമൂഹികമാധ്യമങ്ങൾ നൽകിയത്. ഫേസ്ബുക്ക് എത്തും മുൻപ് ബ്ലോഗുകൾ ഉണ്ടായിരുന്നുവെങ്കിലും ഫേസ് ബുക്ക്, ടിറ്റർ എന്നിവയുടെ വരവോടെയാണ് സമൂഹമാധ്യമങ്ങൾ ഇന്നു കാണുന്ന വിധം നിത്യജീവിതത്തിൽ സ്വാധീനം ചെലുത്താൻ തുടങ്ങിയത്.

വീട്ടുകാരുടെ, കൂട്ടുകാരുടെ ഒരു ഫോൺവിളിക്കായി കാത്തിരിക്കുന്ന വീട്ടമ്മമാരെ കാണാനില്ലാതെയായി. നവമാധ്യമങ്ങളിൽ സജീവമായി ഇടപെട്ടു തങ്ങളുടെ രാഷ്ട്രീയവും സാമൂഹികവുമായ

നിലപാടുകൾ വ്യക്തമാക്കി തങ്ങളുടെ അസ്തിത്വം ഉറപ്പിക്കുന്ന തിരക്കിൽ പലരും ആനന്ദം കണ്ടെത്തുക മാത്രമല്ല കൈവിട്ടുപോയെന്നു കരുതിയ ബൗദ്ധികജീവിതം തിരിച്ചുപിടിക്കുകയും ചെയ്യുന്നു. അതിശയകരമാം വിധം പലരും നാടുമായി ബന്ധിപ്പിക്കുന്ന വാർത്തകൾ, സംഭവവികാസങ്ങൾ, സഹപാഠികൾ, അധ്യാപകർ, ആരാധനാമൂർത്തികൾ അങ്ങനെ എന്തെല്ലാം കാര്യങ്ങളിൽ താല്പര്യമുണ്ടോ അതിലെല്ലാം ശ്രദ്ധ പതിപ്പിച്ചുതുടങ്ങി. നഷ്ടപെട്ടു എന്ന് കരുതിയ ആത്മവിശ്വാസം വീണ്ടെടുത്ത സന്തോഷത്തോടെ ഒരു വീട്ടമ്മ പറഞ്ഞത്, "ഇനി എടിഎം പിൻ കൊടുത്താലും എന്റെ ഫേസ്ബുക്ക് പാസ് വേർഡ് ഭർത്താവിന് കൊടുക്കില്ല" എന്നാണ്. പേരുവെളുപ്പെടുത്തി വെറുതെ ഭർത്താവിനെ വിഷമിപ്പിക്കാനും അവർ തയ്യാറല്ല. രഹസ്യങ്ങൾ അത്രക്കുള്ളത് കൊണ്ടല്ല, സ്വകാര്യതക്ക് ഭംഗം വരും എന്നുള്ളതു കൊണ്ടുമല്ല, ഫേസ്ബുക്ക് പ്രൊഫൈൽ ഓരോ സ്ത്രീയുടെയും വ്യക്തിത്വത്തിന്റെ അടയാളമായി മാറികഴിഞ്ഞു.

ഫേസ്ബുക്കിനെ ഇഷ്ടപെടാത്തവരുമുണ്ട്. അക്കൗണ്ടന്റ് ആയി ജോലി ചെയ്യുന്ന ഒരു യുവതി പറഞ്ഞത്, 'ആത്മാർത്ഥത കുറഞ്ഞു വരുന്ന ഒരു കാലഘട്ടത്തിൽ മനുഷ്യരെ കൂടുതലായി പൊയ്മുഖം അണിയാൻ പഠിപ്പിക്കുന്ന മാധ്യമമായിട്ടാണ് ഫേസ്ബുക്ക് പോലുള്ള സമൂഹമാധ്യമങ്ങൾ വർത്തിക്കുന്നത് എന്നാണ്. ഒരു മോശം പ്രൊഫൈൽ പടം കണ്ടാൽ പോലും അതിമനോഹരം, അടിപൊളി എന്നോകെ ചിലരു തട്ടിവിടുന്നത് കണ്ടുകണ്ടു മടുത്തപ്പോൾ ഫേസ് ബുക്ക് ഉപേക്ഷിച്ചു.' അവർ ആ പറഞ്ഞതിനോടു ഞാനും യോജിക്കുന്നു. മുഖാമുഖം കാണാതെ കണ്ണിൽക്കണ്ണിൽ നോക്കാതെയുള്ള സ്നേഹസംഭാഷണങ്ങൾക്ക് എന്തർത്ഥമാണുള്ളത്? ഫേസ്ബുക്കിൽ പ്രകടിപ്പിക്കുന്ന സ്നേഹം എത്രപേർ നേരിട്ടു കാണുമ്പോൾ കാട്ടുന്നു? കൃത്രിമത്വം നിറഞ്ഞ ആളുകൾക്കുള്ളതാണ് അത്തരം മാധ്യമങ്ങൾ.

അക്കൗണ്ടന്റുകൾക്കു ജോലിക്കിടയിൽ നവമാധ്യമങ്ങൾ പോയിട്ട് വാർത്തപോലും വായിക്കാൻ നേരമില്ല എന്നതുകൊണ്ട് ഈ വിയോജിപ്പിനോടു യോജിക്കുന്നില്ലെന്നാണ് ഒരു വീട്ടമ്മ പ്രതികരിച്ചത്. അബുദാബിയിൽ കഴിഞ്ഞ ആറു വർഷത്തോളമായി താമസിക്കുന്ന വീട്ടമ്മയും ദൃശ്യമാധ്യമപ്രവൃത്തിപരിചയവുമുള്ള ഒരു യുവതി പറഞ്ഞത് ഇതാണ്: 'പ്രവാസി വീട്ടമ്മ എന്ന ഒറ്റപെടലിൽ നിന്നു രക്ഷപെടുത്തി മലയാളി സമൂഹത്തിനൊപ്പം ചേർത്തുനിർ

ത്തിയതിന് എഫ്ബി വലിയ പങ്കുവഹിച്ചിട്ടുണ്ട്. കേരളത്തിൽ നിന്നകന്നു കഴിയുന്ന എനിക്ക് ഫേസ്ബുക്ക്, മലയാളം സംസാരിക്കുന്ന പൊതുഇടം എന്ന നിലക്ക് ആശ്വാസം തരുന്നു. പിന്നെ എഴുതുന്നവർക്കും വായന ഇഷ്ടപെടുന്നവർക്കും എഫ്ബി നല്ല ഒരു പ്ലാറ്റ് ഫോമാണ്. എത്രയോ പുതിയ എഴുത്തുകാരെ, ആക്ടിവിസ്റ്റുകളെ സൃഷ്ടിച്ചിരിക്കുന്നു ഫേസ്ബുക്ക്. ഫേസ്ബുക്കിൽ നിന്നും ഇന്നുവരെ എനിക്കൊരു മോശം അനുഭവം ഉണ്ടായിട്ടില്ല.'

നാട്ടിൽ നിന്ന് ഇടക്കിടക്ക് ഷാർജയിലുള്ള മകൾക്കൊപ്പം താമസിക്കാൻ എത്തുന്ന ശാരദാമ്മ, താൻ വാട്ട്സാപ്പ് ഉപയോഗിക്കാൻ ശീലിച്ചത് നന്നായിയെന്ന അഭിപ്രായക്കാരിയാണ്. മൊബൈൽ ഫോൺ വിളിച്ചു സംസാരിച്ചു കാശ് കളയുന്നതിനെക്കാൾ നല്ലത് വാട്ട്സാപ് തന്നെ, പോരെങ്കിൽ റേഞ്ച് ഇല്ല, ക്ലാരിറ്റില്ല തുടങ്ങിയ തടസ്സങ്ങളും ഉണ്ടാകുന്നില്ല.

ന്യൂനതകൾ ഉണ്ടെങ്കിലും സമൂഹമാധ്യമങ്ങൾ സ്ത്രീകൾ ഉൾപ്പെടെയുള്ള ജനസമൂഹം ഏറ്റെടുത്തുകഴിഞ്ഞു. എങ്ങനെ അവ ഫലപ്രദമായി ഉപയോഗിക്കണം എന്നൊക്കെയുള്ള പഠനക്ലാസുകൾ പോലും മധ്യേഷ്യയിൽ സ്ത്രീകൾക്കായി നടത്തുന്നു. ഇരുതലമൂർച്ചയുള്ള വാളുപോലെയോ സ്നേഹമസൃണമായ ഒരു തലോടൽ പോലെയോ സമൂഹമാധ്യമത്തെ ഉപയോഗിക്കുന്നതിൽ ഒരു പ്രത്യേക പാടവം വേണമെന്നു മാത്രം. വേണ്ടിടത്ത് മൗനം പാലിക്കാനും പ്രതികരിക്കേണ്ട ഇടത്തു മാത്രം പ്രതികരിക്കാനും വീട്ടമ്മമാർക്ക് പ്രത്യേക കഴിവുണ്ടെന്നതും വാസ്തവം. അതുകൊണ്ടു തന്നെ സമൂഹമാധ്യമങ്ങളിലെ ഇടപെടുകൾ കാരണം ഇവർക്ക് അധികം പ്രശ്നങ്ങൾ ഇല്ല എന്നു പറയുന്നതു കണ്ണുമടച്ചു വിശ്വസിക്കാം. തഞ്ചത്തിൽ നിൽക്കാൻ ഫേസ്ബുക്കിലും പഠനം നടത്തേണ്ട അവസ്ഥയിലേക്കാണ് കാര്യങ്ങളുടെ പോക്കെങ്കിലും വീട്ടമ്മമാരുടെ നിലപാട് മാതൃകയാക്കാവുന്നതാണ്.

○○

23

എവിടെ സമരമുഖത്തെ ഗിനിപന്നികൾ

കേരളത്തിലെ സ്ത്രീകളുടെ സംഘടിത ശക്തി വിളിച്ചറിയിച്ച ഒരു സമരമേഖലയാണ് ശബരിമല. സ്ത്രീപ്രവേശനം അനുവദിച്ചുകൊണ്ടുള്ള സുപ്രീംകോടതി വിധി ആദ്യത്തെ തണുപ്പൻ പ്രതികരണത്തിന് ശേഷം ചൂടുപിടിച്ചപ്പോൾ തെരുവിലിറങ്ങിയത് സ്ത്രീകൾ. അയ്യപ്പവിഗ്രഹവും പിടിച്ചു കോട്ടയത്തെ തെരുവീഥികളേയും കേരളത്തെ ഒന്നടങ്കവും ഞെട്ടിച്ച നമജപചിത്രം അത്രപെട്ടെന്നൊന്നും മലയാളികളുടെ മനസ്സിൽ നിന്നുപോകില്ല. ഇത്രയ്ക്ക് ഭക്തി അത്രയ്ക്ക് തലക്കുപിടിച്ചവർ ആയോ ഹിന്ദു സ്ത്രീകൾ എന്നാണ് ആദ്യം തോന്നിയത്. കേരളമൊട്ടുക്ക് നാമജപസമരങ്ങൾ നടന്നപ്പോൾ അതൊക്കെ ആചാരസംരക്ഷകരായസ്ത്രീകൾ സ്വമേധയാ രംഗത്തുവന്നതാണ് എന്ന് ആത്മീയസാമ്രാജ്യത്തിലെ പ്ലേബോയ് രാഹുൽ ഈശ്വരും കൂട്ടാളികളുടെയും നേതൃത്വത്തിലുള്ള ശബരിമലസംരക്ഷണസമിതി കേരളീയ സമൂഹത്തെ വിശ്വസിപ്പിക്കാൻ നടത്തിയ ശ്രമം വിഫലമായതും നമ്മൾ കണ്ടു. കേരളത്തിലെ ബി.ജെ.പി ഘടകത്തിന് ഇടതുപക്ഷ സർക്കാരിനെതിരെ കരുക്കൾ നീക്കാൻ ഓർക്കാപ്പുറത്ത് വീണുകിട്ടിയ ഒരു കച്ചിത്തുരുമ്പായിരുന്നു അതെന്ന സംശയങ്ങൾ ശരിയായിരുന്നു എന്ന് പിന്നീടു മാധ്യമങ്ങൾ തന്നെ തെളിയിച്ചു. ഒരുപക്ഷേ, ശബരിമല വിഷയത്തിൽ കേരളത്തിലെ മാധ്യമങ്ങൾ നിഷ്പക്ഷ നിലപാടെടുത്ത ഒരേയൊരു സംഗതി ശ്രീധരൻ പിള്ളയുടെ ആ വിവാദപ്രസംഗമാണ്.

അതോടെ ദൃശ്യമാധ്യമങ്ങളുടെ സൃഷ്ടിയായ രാഹുൽ ഈശ്വർ സമരമുഖത്ത് നിന്ന് അപ്രത്യക്ഷമാകുന്ന കാഴ്ചയാണ് ഉണ്ടായത്. ഒപ്പം നാമജപസമരത്തിനായി വീറോടെ ഇറങ്ങിയ സ്ത്രീകളും അപ്രത്യക്ഷരായിത്തുടങ്ങി. സിപിഐ എമ്മും ബിജെപിയും നേർ

ക്കുനേർ നിന്നുള്ള രാഷ്ട്രീയപോരായി മാറിയ സാഹചര്യത്തിൽ ആരുടെയൊക്കെയോ ഇച്ഛകൾക്കും നിർദേശങ്ങൾക്കുമനുസരിച്ചാണ് ആയിരക്കണക്കിനു സ്ത്രീകളും പെൺകുട്ടികളും അയ്യപ്പന്റെ ബ്രഹ്മചര്യം സംരക്ഷിക്കാൻ കുലസ്ത്രീകളുടെ വേഷമണിഞ്ഞു തെരുവിൽ ഇറങ്ങിയത് എന്നാണോ നാം മനസിലാക്കേണ്ടത്?

എങ്ങനെയാണ് ഹിന്ദു സ്ത്രീകൾക്ക് മുസ്ലിം/ക്രിസ്ത്യൻ സ്ത്രീകളെക്കാൾ ഉണ്ടെന്നു കൊട്ടിഘോഷിക്കപ്പെട്ടിരുന്ന വിവേചനബുദ്ധിയും ചിന്താശേഷിയും നഷ്ടമായത്? ഇതൊന്നും പെട്ടെന്നുണ്ടായ മാറ്റമല്ല എന്ന് പകൽപോലെ വ്യക്തം. ആചാരസംരക്ഷകരായി സ്ത്രീകളെയും കുട്ടികളെയും ബ്രെയിൻ വാഷ് ചെയ്യുന്ന സെമന്റിക്ക് മതങ്ങളുടെ അതേ തന്ത്രമാണിവിടെയും പ്രയോഗിക്കപ്പെട്ടത്. കേരളമണ്ണിൽ ഇതുസാധിച്ചുവെങ്കിൽ ഹിന്ദുരാഷ്ട്രമെന്ന ബി.ജെ.പിയുടെ അജണ്ട അവർ രാജ്യത്തു നടപ്പാക്കുക തന്നെ ചെയ്യും. നരേന്ദ്രമോദിയുടെ നേതൃത്വത്തിലുള്ള സർക്കാർ ഒരു ഇന്ത്യൻ ഐഡന്റിറ്റി അര നൂറ്റാണ്ട് രാജ്യം ഭരിച്ച കോൺഗ്രസ് പാർട്ടിക്ക് സാധിക്കാതിരുന്നത് വിദേശരാജ്യങ്ങളിൽ ചുരുങ്ങിയ കാലംകൊണ്ട് കെട്ടിപ്പടുക്കുന്നത് കണ്ടപ്പോൾ അഭിമാനം തോന്നിയിട്ടുണ്ട്.

എന്നാൽ അപകടകരമായ ഭിന്നിപ്പിലേക്കും ജാതീയതയ്ക്കും വർഗീയതയ്ക്കും വേണ്ടി അതേ തന്ത്രം സ്വന്തം രാജ്യത്തു എടുത്തു പയറ്റുന്നതു കണ്ടപ്പോൾ 'ക്രൈ മൈ ബിലവഡ് കൺട്രി' എന്ന് ഒരു പ്രവാസി എന്ന നിലക്ക് ആത്മരോഷം കൊള്ളാതിരിക്കാനുമാകുന്നില്ല. പറഞ്ഞുവന്നത്, സ്ത്രീസമൂഹത്തിൽ പെട്ടെന്നുണ്ടായതല്ല ഭക്തിയോടുള്ള ആസക്തി. യുഎഇ അടക്കമുള്ള പ്രവാസനാടുകളിൽ ആചാരസംരക്ഷകരായി കുടുംബങ്ങളെ മാറ്റിയെടുക്കുന്ന പ്രവർത്തനങ്ങൾ ഗീത പഠനക്ലാസ്സുകളിലൂടെ വിജയകരമായി ഇവർ നടപ്പാക്കുന്നുണ്ട്. കേരളത്തിൽ അതു കുടുംബയോഗങ്ങൾ വഴിയും. മുസ്ലിം, ക്രിസ്തീയ സംഘടനകൾക്ക് ആകാമെങ്കിൽ എന്ത് കൊണ്ട് ഹിന്ദുക്കൾക്ക് ആയിക്കൂടാ എന്ന ബോധം വ്യാപകമാക്കാൻ സംഘപരിവാർ ശക്തികൾക്ക് സാധിച്ചിട്ടുണ്ട്. യഥാർത്ഥ ഭക്തരെ ഒഴിച്ചു നിർത്തിയാൽ, സ്ത്രീകളെ തെരുവിലിറക്കിയത് വിപ്ലവകരമായ നടപടിയല്ല, മറിച്ച് മഹാഭാരത്തിലെ ശിഖണ്ഡി മുറയാണ് എന്നു പറയേണ്ടി വരും.

എല്ലാ മതങ്ങൾക്കും എല്ലാ ദേശ-ഭാഷക്കാർക്കും ഒരേപോലെ ആതിഥ്യമരുളുന്ന യു.എ.ഇയിൽ പോലും സംഘപരിവാർ ശക്തികൾ ഹിന്ദുക്കൾക്കിടയിൽ പിടിമുറുക്കി തുടങ്ങുകയാണ്. സിന്ദൂരമ

ണിയാത്ത വിവാഹിതർ, പൊട്ടുതൊടാത്തവർ, കയ്യിൽ ചരടുകെട്ടാതിരുന്നവർ അതൊക്കെ ശീലമാക്കുന്നു. 'നിങ്ങൾക്കു മാത്രം സംഘടിച്ചാൽ മതിയോ, ഞങ്ങൾക്കും ആകാം അതൊക്കെ' എന്ന് ചിന്തിക്കുന്നവരുടെ എണ്ണം കൂടുന്നു. നാട്ടിലെ സമരങ്ങൾക്ക് പിന്തുണ നല്കാൻ പണം അയക്കുന്നു. കഷ്ടിച്ച് ഒരു കൊല്ലം മുൻപ് ക്രൈസ്തവസഭകളിലെ സ്ത്രീകൾ ആയിരുന്നു ഗിനിപന്നികൾ. 'കൂടുതൽ പ്രസവിക്കുക, നമ്മുടെ ജനസംഖ്യ കുറവാണ്' എന്ന സന്ദേശവുമായി പള്ളീലച്ചന്മാർ പ്രവാസികുടുംബങ്ങളിലെ അത്താഴവിരുന്നിൽ പങ്കെടുത്തുകൊണ്ട് ഉപദേശങ്ങളുമായി എത്തിയിരുന്നു. അച്ചൻ പറഞ്ഞതല്ലേ അനുസരിക്കാം എന്ന മട്ടിൽ പ്രസവം നിർത്തിയവർ പോലും കുട്ടികളെ ഉണ്ടാക്കാൻ ചികിത്സ തേടിയതും വാസ്തവം. എണ്ണത്തിൽ കൂടുതലായ മുസ്ലീങ്ങളെ തോൽപ്പിക്കാൻ ഹിന്ദു/ക്രിസ്ത്യൻ സംഘടനകൾ അവരുടെ സ്ത്രീസമൂഹത്തെ പ്രയോജനപ്പെടുത്തുന്നു. ഹേ സ്ത്രീ! നിന്റെ വിദ്യാഭാസവും ബിരുദങ്ങളും ഇതാണോ നിന്നെ പഠിപ്പിച്ചത് എന്ന് ചോദിച്ചാൽ ദൈവത്തെ വിട്ടുള്ള ഒരു കളിക്കും നമ്മൾ ഇല്ല എന്ന മറുപടിയാകും ഉണ്ടാവുക.

ഈ നാമജപപ്രതിഷേധവും അള്ളാഹു അക്ബർ വിളിച്ചുള്ള ഐസിസ് ഭീകരരുടെ കൊലവിളികളും തമ്മിൽ എന്തെങ്കിലും വ്യത്യാസമുണ്ടോ സഹോദരിമാരെ? രണ്ടും ഒരുപോലെ ദൈവിക ഭാവങ്ങളെയും ആത്മീയതയെയും അപമാനപ്പെടുത്തൽ മാത്രമാണ്. അതിനുള്ള കരുക്കൾ മാത്രമാണ് സ്ത്രീകൾ മതാധിഷ്ഠിത സംഘടനകൾക്ക്. അതിരറ്റ ദൈവഭക്തിയാണ് സ്ത്രീകളെ ഈ വിധം മാറ്റിയെടുത്തതെന്നു കരുതുന്നില്ല. മലയാളി സ്ത്രീകളിൽ പൊതുവേയും, അഭ്യസ്തവിദ്യരിൽ കൂടുതലായും കാണപ്പെടുന്ന പുരുഷനോടുള്ള വിധേയത്വമനോഭാവവും നല്ലപ്പിള്ളചമയാനുള്ള ത്വരയുമാണ് ഭൂരിപക്ഷത്തിനെയും ഈ വിധം മാറ്റിയെടുത്തത്. ആരോ പറഞ്ഞപ്പോൾ സമരത്തിനായി എത്തി, ഇപ്പോൾ ആരോ പറഞ്ഞപ്പോൾ അണിയറയിലേക്കും പോയി. സമരമുഖത്തുള്ള സ്ത്രീകളെ കാണണമെങ്കിൽ ജനം ടിവി കാണണമെന്ന അവസ്ഥയുമായി. ചിന്താശേഷിയും വിവേചനബുദ്ധിയുമുള്ള ഒരു തലമുറ ഉണ്ടായി വരുന്നു എന്ന വിശ്വാസം ഇല്ലാതാക്കിയ നിങ്ങൾക്ക് മാപ്പില്ല. ആർത്തവരക്തം മലമൂത്രവിസർജനം പോലെ അറപ്പോടെ കാണേണ്ട ഒന്നല്ല. പിറക്കാതെ പോകുന്ന ഓരോ കുഞ്ഞുജീവനാണ് അത്. നാൽപതു നാളത്തെ നോമ്പുനോറ്റ് മലച്ച വിട്ടാൻ

ഒരു കാലത്ത് കഴിയുമായിരുന്നില്ല. ഇന്നത് സാധ്യമാണ്. വിവാഹ നാളിൽ ആർത്തവം വരാതിരിക്കാൻ ഔഷധങ്ങൾ കഴിക്കുന്നില്ലേ? ആ ഒരു കൊച്ചുബുദ്ധി നിങ്ങളും ഒപ്പം നിങ്ങളെ കുലസ്ത്രീകളായി തളച്ചിടാൻ നോക്കുന്ന പുരുഷന്മാരും മനസിലാക്കണം.

പണ്ടത്തെപ്പോലെ നരികളെ പേടിച്ചു കാടും മേടും കയറി ബുദ്ധിമുട്ടേണ്ട, സൗകര്യങ്ങൾ ഒട്ടനവധി. ആർത്തവം തടസ്സമാണെങ്കിൽ സ്ത്രീകൾ ശൂന്യാകാശത്ത് പോകുമോ/എവറസ്റ്റും കിളിമഞ്ചാരോയും കീഴടക്കുമോ. പിന്തിരിപ്പന്മാരുടെ മതമെന്നു അറിയപ്പെടുന്ന ഇസ്ലാമിൽ ഹജ്ജിനും ഉംറയ്ക്കുമായി ലോകത്തെ എല്ലാ ഭാഗത്ത് നിന്നും സ്ത്രീകൾ എത്തുന്നുണ്ട്. തിക്കും തിരക്കുമില്ലാതെ ഭക്തർ അവിടെത്തുന്നു.

അതുപോലൊരു സംവിധാനം നമുക്കുമാകാം.

ചിന്തിപ്പിൻ!

(ഹാർപ്പർ കോളിൻസ് പ്രസിദ്ധീകരിച്ച 'ശബരിമലയും സ്ത്രീകളും' എന്ന പുസ്തകത്തിനു വേണ്ടി എഴുതിയത്)

○○

24

മുസ്ലീം ആയി ജനിക്കുന്ന പെണ്ണ്

തിരുവനന്തപുരം പ്രസ്ക്ലബിൽ 1997-ൽ ജേർണലിസത്തിനു പഠിക്കുന്ന സമയം. ഒപ്പം, ഒരു മുസ്ലീം മാനേജ്മെൻറ് തുടങ്ങിയ ഒരു സി. ബി. എസ്. ഇ സ്കൂളിൽ അത്യാവശ്യം വട്ടച്ചെലവിനായി ഇംഗ്ലീഷ് അദ്ധ്യാപികയായി ജോലി. ശമ്പളം 1100 രൂപ. അതിനു മുൻപ് വേറൊരു പ്രൈവറ്റ് സ്കൂളിൽ ഇന്റർവ്യൂവിനു പോയപ്പോൾ ശമ്പളം 800! (വർക്കലയിൽ നിന്നും തിരുവനന്തപുരം വരെ അതിനായി കഷ്ടപ്പെട്ടു പോകേണ്ടതില്ലെന്നു കരുതി.) ആ സ്കൂളിൽ അദ്ധ്യാപികയായി ജോയിൻ ചെയ്തപ്പോഴാണ് മുസ്ലീം ആയി ജനിക്കുന്ന പെണ്ണ് എന്തൊക്കെയാണ് യഥാർത്ഥത്തിൽ ചെയ്യേണ്ടതെന്നു ആദ്യമായി പഠിച്ചത്.

തല മറയ്ക്കണം, പ്രാർഥിക്കണം, ടീച്ചർ ആയതിനാൽ സാരി ധരിക്കണം, കോട്ട് ധരിക്കണം ഇതൊക്കെ സ്ക്കൂളിന്റെ നിബന്ധനകൾ ആയിരുന്നു. അവസാനത്തേത് മാത്രം അംഗീകരിക്കാം എന്നായി ഞാൻ. പിന്നെ, കോട്ട് അധ്യാപകർക്ക് നിർബന്ധമാണെങ്കിൽ അതിനടിയിൽ ചുരിദാർ ആയാൽ എന്താണു കുഴപ്പം എന്ന ചോദ്യത്തിനു മുന്നിൽ പ്രിൻസിപ്പൽ പതറി. ഇംഗ്ലീഷ് ടീച്ചർമാരെ കിട്ടാൻ ബുദ്ധിമുട്ടുള്ള കാലമായതിനാൽ അവർ എന്നെ സഹിച്ചു. സ്കൂളിൽ ജോലി ഓഫർ ചെയ്ത ചിറ്റപ്പൻ മാനേജ്മന്റ് ബോർഡിൽ ഉണ്ടായിരുന്നത് പിരിച്ചുവിടാതിരിക്കാൻ ഒരു കാരണമായിരുന്നിരിക്കണം. ഏതായാലും മറ്റധ്യാപികമാർക്കും ചുരിദാർ ധരിച്ചു സ്കൂളിൽ വരാൻ അതു സഹായകമായി.

അങ്ങനെ പകൽ ജോലി, വൈകുന്നേരം വിദ്യാർത്ഥിനിയായി തുടരുമ്പോഴാണ് ഒരു കാര്യം ശ്രദ്ധിച്ചത്. അതു സ്കൂളിലെ നിർബന്ധിത മതപഠനരീതി ആയിരുന്നു. മദ്രസ്സ ഉള്ളപ്പോൾ സ്കൂളിൽ ഇതെന്തിന് എന്നുള്ള സംശയങ്ങൾ മനസ്സിൽ കുമിഞ്ഞുകൂടി. ഞാൻ

പഠിച്ചിരുന്ന കോൺവെന്റ് സ്കൂളിൽ ക്രിസ്ത്യാനികളല്ലാത്ത കുട്ടികളെക്കൂടി നിർബന്ധിച്ചു പള്ളിയിൽ പ്രാർത്ഥനയിൽ കൊണ്ടുപോയിരുന്നതു പോലെ സ്കൂളിലെ അമുസ്ലീം കുട്ടികളെ അറബിയും ഇസ്ലാമിക ചരിത്രവും പഠിപ്പിക്കാതെ അവർക്കായി മോറൽ സയൻസ് ക്ലാസ് ഏർപ്പെടുത്തിയത് മാതൃകാപരമായി തോന്നി ആദ്യം. കൂടാതെ സാധാരണക്കാർക്കു കൂടി ഇംഗ്ലീഷ് മീഡിയം വിദ്യാഭ്യാസം സാധ്യമാകുന്ന തരത്തിൽ ആയിരുന്നു ആ സി. ബി. എസ്. സി സ്കൂളിന്റെ പ്രവർത്തനം. ഒരു ദിവസം ഏഴാം സ്റ്റാൻഡേർഡ് വിദ്യാർഥികൾക്ക് ക്ലാസ് എടുത്തുകൊണ്ടിരിക്കെ ഒരു കുട്ടിയുടെ സംശയം. 'ടീച്ചർ, ഈ ഭൂമിയിൽ ജനിച്ചു വീഴുന്ന ഓരോന്നും മുസ്ലീമായിട്ടാണോ ജനിക്കുന്നത്?' ഇംഗ്ലീഷ് ക്ലാസിനിടയിൽ എന്താ ഇങ്ങനൊരു സംശയം കുട്ടിക്കെന്നു ചോദിച്ചപ്പോഴേ മറുപടി കിട്ടി. അറബിക് ക്ലാസിൽ നിന്ന് പഠിച്ചതാണ്. ഞാനും അത്തരമൊരു സംഗതി ആദ്യമായി കേൾക്കുന്നു എന്നറിയിക്കാതെ കുട്ടിയെ കാര്യം പറഞ്ഞു മനസിലാക്കി. ആണും പെണ്ണും പൂവും കായും ചെടിയും പറവയുമൊക്കെയായി ഓരോന്ന് ജനിക്കുന്നു, അല്ലാതെ മുസ്ലീമായിട്ടല്ല ഒന്നും ജനിക്കുന്നതെന്ന് പറഞ്ഞു. ബാക്കിയൊക്കെ മനുഷ്യരുടെ വിശ്വാസങ്ങൾ. കുട്ടി വിടാൻ ഭാവമില്ല, അവന്റെ സംശയങ്ങൾ തീർക്കാൻ എന്നെ കണ്ടിരിക്കുന്നു എന്ന് തോന്നി. അടുത്ത ചോദ്യം, 'പക്ഷേ, ദൈവം ഒന്നേയുള്ളൂ അല്ലേ?' കുട്ടി അങ്ങനെയൊന്നും പറഞ്ഞു ശീലിക്കരുത്. ഓരോരുത്തർ ഓരോ ദൈവങ്ങളിൽ വിശ്വസിക്കുന്നു. അല്ലാതെ മറ്റുള്ളവരുടെ ദൈവങ്ങൾ ഇല്ല എന്നൊന്നും പറയേണ്ടതില്ല. അപ്പോൾ അടുത്ത ചോദ്യം, 'ടീച്ചർക്ക് വിശ്വാസമില്ലേ?' കൂടുതൽ പറയേണ്ടി വന്നില്ല. ബെല്ലടിച്ചു, ആ ക്ലാസ് വിട്ടു.

പിറ്റേന്ന് രാവിലെ റജിസ്റ്ററിൽ ഒപ്പിടാൻ ചെന്നപ്പോൾ ചോദ്യശരവുമായി പ്രിൻസിപ്പാൾ. 'ടീച്ചർ ഇന്നലെ അല്ലാഹു ദൈവമല്ലെന്നു പറഞ്ഞോ? മുസ്ലീം ആയി ആരും ജനിക്കുന്നില്ലെന്നു പറഞ്ഞോ? ദൈവമില്ലെന്നു പറഞ്ഞോ? ദൈവവിശ്വാസമില്ലെങ്കിൽ അതെന്തിന് കുട്ടികളെ അടിച്ചേൽപ്പിക്കുന്നു?'

ഞാൻ പറഞ്ഞു, 'ഒരു കുട്ടി സംശയം ചോദിച്ചു, ഞാൻ മറുപടി കൊടുത്തു. അല്ലാതെന്ത് സംഭവിച്ചുവെന്നാണ്? അറബിക് ക്ലാസിൽ ഇതൊക്കെയാണ് സ്കൂളിൽ പഠിപ്പിക്കുന്നത് എന്നറിഞ്ഞില്ല. എന്റെ അറിവിൽ കുട്ടികളെ തെറ്റായി കാര്യങ്ങൾ പറഞ്ഞു പഠിപ്പിക്കാനുള്ളതല്ല സ്കൂൾ. അതുപോലെ സ്കൂൾ മദ്രസയാക്കാനുള്ള ശ്രമമാ

ണെന്നും അറിഞ്ഞിരുന്നില്ല.'

ഏതായാലും മാനേജ്മെന്റ് ഒരു കൂടിക്കാഴ്ച വേണമെന്ന് പറഞ്ഞിരിക്കുന്നു. അവർ തീരുമാനിക്കും ടീച്ചർ ഇനി തുടരണോ വേണ്ടയോ എന്ന്. വിഷമം തോന്നിയെങ്കിലും ഇത്തരം സ്കൂളിൽ തുടരുന്നതിനെക്കാൾ നല്ലത് അതു തന്നെയാണെന്നെനിക്കു തോന്നി.

എന്റെ ലക്ഷ്യം ജേർണലിസം മാത്രമാണല്ലോ. പഠിക്കാനുള്ള കാശിനായി ജോലിക്ക് ചേർന്നതുമല്ലേ എന്നൊക്കെ കരുതി സമാധാനിച്ചു. അങ്ങനെ ഓരോന്ന് ആലോചിച്ചു സ്റ്റാഫ് റൂമിൽ ഇരിക്കുമ്പോൾ ഒരു എട്ടാംക്ലാസ് വിദ്യാർഥി കരഞ്ഞുകൊണ്ട് അടുത്തെത്തി. സ്കൂളിലെ ഏറ്റവും വികൃതിയായ, പഠിത്തത്തിൽ വളരെ പിന്നാക്കം നിൽക്കുന്ന അവനെ ഒന്നു നന്നാക്കിഎടുക്കാനുള്ള ശ്രമത്തിലുമായിരുന്നു ഞാൻ.

ആ കുട്ടിയാണ് കരഞ്ഞു കൊണ്ട് നിൽക്കുന്നത്. 'ടീച്ചർ എന്നോട് ക്ഷമിക്കണം. ടീച്ചർ ഏഴാം ക്ലാസ്സിൽ പറഞ്ഞ കാര്യങ്ങൾ ഞാനാണ് കണക്കു സാറിനോട് പറഞ്ഞത്. ഞാൻ കാരണം ടീച്ചറിന്റെ ജോലി പോകുമോ? ടീച്ചർ പോകരുത്. എന്നോട് ദേഷ്യം തോന്നരുത്.'

'കുട്ടീ, എനിക്കൊരു ദേഷ്യവുമില്ല. പോകേണ്ടി വന്നാൽ പോകും. അങ്ങനെ കരുതിയാൽ മാത്രം മതി.' അവനെ സമാധാനിപ്പിച്ചു വിട്ടു. കുറച്ചു കഴിഞ്ഞപ്പോൾ അവന്റെ സഹപാഠികൾ എത്തി.അവർക്ക് പിന്നാല്ലേ മറ്റു ക്ലാസിലെ കുട്ടികൾ സ്റ്റാഫ് റൂമിന്റെ വാതിൽക്കലിൽ വന്നു കൂട്ടംകൂടി. ടീച്ചർ പോകല്ലേ, ടീച്ചർ സ്കൂളിൽ തുടരണം. ഞങ്ങൾ വിടില്ല എന്നായി കാര്യങ്ങൾ.കുട്ടികളെ മറ്റുള്ളവർ സമാധാനിപ്പിച്ചു ക്ലാസുകളിലേക്ക് വിട്ടു. സങ്കടവും സന്തോഷവും ഒരുമിച്ചു തോന്നിയ ആ ദിവസം ആദ്യമായി അധ്യാപകവൃത്തിയോട് താല്പര്യം തോന്നി, ആദരവും. കുട്ടികളുടെ പ്രതികരണം കൊണ്ടാകണം മാനേജ്മെൻറ് എന്നെ ജോലിയിൽ നിന്നു പിരിച്ചു വിട്ടില്ല.

എന്റെ സ്വകാര്യ സ്വാതന്ത്ര്യങ്ങളെ പ്രതി അവിടെ മുറുമുറുപ്പുകൾ ഉണ്ടായെങ്കിലും നോമ്പ് പിടിക്കാതെ, നമസ്കാരം ചെയ്യാതെ അവിടത്തെ ഇഫ്താറിൽ പങ്കെടുത്തു ഞാൻ അവിടെ കുറച്ചുകാലം കൂടി തുടർന്നു. ആ കുട്ടികളുടെ ശുദ്ധമായ സ്നേഹം കാരണം ചെറുപ്പകാലം തൊട്ടേ മനസ്സിൽ കൊണ്ടുനടന്നിരുന്ന പത്രപ്രവർത്തനം എന്ന മോഹം, വേണമോ വേണ്ടയോ എന്ന ആശങ്ക ആദ്യ

മായി ഉണ്ടായി. പക്ഷേ, അപ്പോഴേ മനസ്സിൽ തീരുമാനിച്ചു. പത്രപ്രവർത്തനത്തിന്റെ ഭാഗമായുള്ള ഡസ്സർട്ടെഷൻ, സ്കൂളുകളിലെ മത പഠനങ്ങൾ ആയിരിക്കുമെന്ന്. അപ്പോഴും മുസ്ലീം, ക്രിസ്ത്യൻ മാനേജെമെന്റ് മാത്രമേ അങ്ങനെ ചെയ്യുന്നുള്ളൂ എന്നായിരുന്നു ധാരണ. അന്വേഷണങ്ങളിൽ ഹിന്ദു മാനേജ്മെന്റുകളും അതേ നയം തുടരുന്നെന്ന് മനസിലാക്കി. പക്ഷേ, അന്നും അത്തരം വിദ്യാഭ്യാസ സമ്പ്രദായത്തെ പിന്താങ്ങാൻ സാഹിത്യരംഗത്തു പ്രമുഖർ ഉണ്ടായിരുന്നു.

വർഗീയതക്ക് നല്ല വളക്കൂറുള്ള കേരളം, അന്നും ഇന്നും ഏതാണ്ട് ഒരുപോലെ തന്നെ.

○○

25

അരക്കെട്ടിനെ വിടൂ, തോളോടുതോൾ ചേർക്കൂ

She is a hot chick എന്ന് സായിപ്പ്.

അവളൊരു ചരക്ക്, piece എന്ന് മലയാളി.

ഒരു ശരാശരി പുരുഷൻ സ്ത്രീയുടെ മുലയും ചന്തിയും നോക്കി വിലയിരുത്തും.

ഇതിനിടയിൽ ആർത്തിപിടിച്ച നോട്ടങ്ങളുടെ ഭാരംകൊണ്ട് ചൂളുന്ന ശരീരമായി ഒതുങ്ങികൂടുന്നവരാണ് അധികം സ്ത്രീകളും. അതിനെ മറികടന്നു പിടിച്ചുനിൽക്കുന്ന സ്ത്രീകൾ നേരിടുന്നത് നിരവധി പരീക്ഷണങ്ങൾ. സ്ത്രീ-പുരുഷഭേദമില്ലാതെ പ്രവർത്തിക്കേണ്ടുന്ന ഇടങ്ങളിൽ ശരീരത്തെ മറന്നു വ്യക്തിത്വം പടുത്തുയർത്താൻ ഏതെങ്കിലും സ്ത്രീകൾക്ക് ആയിട്ടുണ്ടെങ്കിൽ അതിനു കാരണം സ്ത്രീയെന്ന വേർതിരിവ് കാട്ടാതെ അവൾക്കും പ്രവർത്തനമണ്ഡലം ഒരുക്കിക്കൊടുത്ത പുരുഷസഹപ്രവർത്തകരോ സ്ത്രീകളുടെ വളർച്ച ആഗ്രഹിക്കുന്ന സ്ഥാപനങ്ങളോ ആയിരിക്കും.

ഉന്തും തള്ളുമുണ്ടായാൽ ദേഹത്ത് തട്ടലും മുട്ടലും ഉണ്ടാകും, അതിനെ സ്ത്രീത്വത്തെ അപമാനിച്ചു എന്ന് പറയുന്നതിൽ കാര്യമില്ലെന്ന് വരെ പറയുന്നവരാണ് ഇന്നുള്ളത്. ഒന്ന് ചോദിച്ചോട്ടെ. പുരുഷന്മാർ മാത്രമുള്ള ഒരു പരിപാടിയിൽ ഉന്തും തള്ളുമുണ്ടായാൽ അരക്കെട്ടിലും മാറത്തേക്കുമാണോ കൈകൾ പോകുന്നത്? സ്വാഭാവികമായും ചുമലുകളിലേക്ക് ആയിരിക്കുമല്ലോ. വിദ്യാഭ്യാസം, വകതിരിവ്, പണം ഒക്കെയുള്ള മലയാളിക്ക് ഈയിടെയായി ചിന്താശേഷിയിൽ കാര്യമായ ശോഷണം സംഭവിച്ചിട്ടുണ്ട്. സ്വന്തമായി ആലോചിച്ച് ഒരഭിപ്രായം പ്രകടിപ്പിക്കുന്നതിനു പകരം ചാനൽചർച്ചകളിലും ന്യൂസ് സ്ക്രോളിങ്ങിലും സ്വന്തം പേര് കാണാൻ ഏതെങ്കിലും അവതാരകർ പറയുന്നതിന്, അതും ആരോ എഴുതികൊടുക്കുന്നതൊക്കെ പറയുന്നവർക്ക് വക്കാലത്ത് പറ

ഞ്ഞു മന്ദബുദ്ധികൾ ആകുന്നവർ പ്രബുദ്ധമലയാളി എന്ന ഒരു യാഥാർത്ഥ്യത്തെ നിഷ്പ്രഭമാക്കിക്കൊണ്ടിരിക്കുന്ന കാഴ്ച അരോചകമാണ്.

എഴുത്തിലൂടെയും പ്രവൃത്തിയിലൂടെയും വ്യത്യസ്തരെന്നു പുറംമേനി നടിക്കുന്നവർ പോലും വകതിരിവില്ലാത്ത അഭിപ്രായങ്ങൾ ഇടുന്നവർക്ക് പിന്തുണ നൽകി പ്രോത്സാഹിപ്പിക്കുന്നത് കാണുമ്പോൾ സാംസ്കാരികമായും അധഃപതിച്ച സാമൂഹികപ്രവർത്തകരെയാണ് കാണാൻ കഴിയുന്നത്. ചാനൽ അവതാരകർ പറയുന്നത് ശരിവയ്ക്കുന്ന സോഷ്യൽ മീഡിയ. സോഷ്യൽ മീഡിയയിലെ ലൈകുകൾ നോക്കി ആശയദാരിദ്ര്യം തീർക്കുന്ന മാധ്യമപ്രവർത്തകർ. അരം+അരം= കിന്നരം എന്ന് പറഞ്ഞപോലുണ്ട് കാര്യങ്ങൾ. സ്ത്രീപുരുഷഭേദമില്ലാതെ ഒന്നിച്ച് പ്രവർത്തിക്കേണ്ടുന്ന ഇടങ്ങളിലെങ്കിലും സ്ത്രീയെന്നാൽ അരക്കെട്ടും മുലകളും അല്ലെന്ന് ആൺശിങ്കങ്ങൾ മനസ്സിലാക്കിയാൽ കൊള്ളാം. സ്ത്രീയെ തോളോട് തോൾ ചേർക്കാൻ ശീലിക്കൂ. അല്ലാതെ അവളെ തോണ്ടി രസിക്കുന്നത് വലിയ ആണത്തമൊന്നുമല്ല. ക്രിയേറ്റിവ് ഇടങ്ങളിൽ സ്ത്രീകൾ ഈ കാലഘട്ടത്തിലും സുരക്ഷിതർ അല്ലാത്തത് എന്തുകൊണ്ടാണ്?

സ്ത്രീകളുടെ സാന്നിധ്യം കൂടിയത് കൊണ്ടൊന്നും കാലങ്ങളായി തുടരുന്ന പതിവുകൾ, നാട്ടുനടപ്പുകൾ ഒരു മേഖലയിലും മാറാൻ പോകുന്നില്ല.

○○

ഭാഗം രണ്ട്

അനുഭവിച്ചതും...

നിങ്ങൾ,

എന്നെ

ഫീമെയിൽ സെക്സിസ്റ്റാക്കി

മുഖവുര

ഇത് എന്റെ മാത്രം കഥ

ബഹിർസ്വരതയെ ഒറ്റപ്പെടുത്തുന്ന ആൾക്കൂട്ടനീതി സാമൂഹ്യപുരോഗതിക്കു വിഘാതമാണ്, അതോടൊപ്പം ഭയപ്പെടുത്തുന്നതുമാണ്. അതു മാധ്യമമേഖലയിൽ ആകുമ്പോൾ സങ്കീർണമായ തലത്തിലേക്ക് പോകും. പലപ്പോഴും അതു പൊതുജനം അറിയാറില്ല. രണ്ടു പതിറ്റാണ്ടിലേറെയായി അച്ചടിമാധ്യമരംഗത്തു പലരോടും പലതിനോടും പടവെട്ടി പിടിച്ചു നിൽക്കാൻ സാധിച്ചതു കൊണ്ടാണ് ഇങ്ങനെ ഒരു തുറന്നു പറച്ചിലിനു സാധ്യത വന്നത്. അടിച്ചമർത്തപ്പെട്ടപ്പോഴൊക്കെ ഒരു അദൃശ്യശക്തി കൈത്താങ്ങായി വന്നു കരുത്തു പകരുകയായിരുന്നു. അതിനെ ദൈവനിഷേധിയായ ഞാൻ 'ദൈവം' എന്ന് ഇടയ്ക്കു വിളിക്കാറുണ്ട്. ഇന്ത്യക്കു വെളിയിലാണ് കൂടുതൽ കാലവും മാധ്യമപ്രവർത്തക ആയി ജോലി ചെയ്തതെങ്കിലും അനുഭവങ്ങൾ എല്ലായിടത്തും ഒരുപോലെ തന്നായിരുന്നു. 1999 ലാണ് മാധ്യമപ്രവർത്തനം എന്ന ചിരകാല അഭിലാഷം സാധ്യമാകുന്നത്. അന്നു കണ്ട രീതികൾ ഈ 2023 ലും തുടരുന്നതു കാണുമ്പോൾ ദുഃഖത്തോടെ തിരിച്ചറിയുന്നു, പിന്തിരിപ്പൻ ചിന്താഗതിക്കാർ കീഴടക്കി കഴിഞ്ഞു മാധ്യമരംഗം.

ഒമ്പതാം ക്ലാസ്സിൽ പഠിക്കുമ്പോൾ മാധ്യമപ്രവർത്തനം സ്വപ്നം കണ്ടുതുടങ്ങിയതിനു പ്രധാന കാരണം ഈ തൊഴിൽ നൽകുന്ന സ്വാതന്ത്ര്യവും സമൂഹവുമായി നിരന്തരം ഇടപെടാൻ സാധിക്കുമെന്ന വിശ്വാസവുമായിരുന്നു. പക്ഷേ, അവിടെയും പുരുഷാധിപത്യം കൊടികുത്തി വാഴുന്നു എന്ന് മനസിലാക്കാൻ അധികം ബുദ്ധിമുട്ടേണ്ടി വന്നില്ല. മാധ്യമപ്രവർത്തകരായ സ്ത്രീകളിൽ നിന്നുപോലും വിധേയത്വമാണ് പലരും പ്രതീക്ഷിക്കുന്നത്. നാവടപ്പിക്കാൻ നോക്കുന്ന സഹപ്രവർത്തകർ ആദ്യമൊക്കെ അമ്പരപ്പായിരുന്നു നൽകിയത്. മാധ്യമപ്രവർത്തകയായി ജോലി ചെയ്ത

ഓരോ സ്ഥാപനവും അതു മനസ്സിലാക്കിത്തരിക മാത്രമല്ല, ഒരു കൂട്ടർ ഒരു വിളിപ്പേരും കൂടി നൽകി, 'ഫീമെയിൽ സെക്സിസ്റ്റ്!'

സ്ത്രീസമൂഹത്തെ മറ്റൊരു മട്ടിൽ കാണാൻ പ്രേരിപ്പിച്ചതും അവർ നൽകിയ ഈ ഓമനപ്പേരാണ്. തിരിഞ്ഞു നോക്കുമ്പോൾ ഫെമിനിസ്റ്റ് എന്ന ലേബലിൽ നിന്ന് ഒരു ഫീമെയിൽ സെക്സിസ്റ്റ് എന്ന അവസ്ഥയിൽ എന്നെ പ്രതിഷ്ഠിച്ചതു കൂടുതലും സ്ത്രീകളാണ്. ലെഫ്റ്റിസ്റ്റ്, മാവോയിസ്റ്റ് ലേബൽ ഒക്കെ കഴിഞ്ഞാണ് ഫീമെയിൽ സെക്സിസ്റ്റ് എന്നൊരു വിളിപ്പേര് കൂടി എനിക്ക് വീണത്. വളരെ ദുഃഖം തോന്നിയെങ്കിലും ക്രമേണ സ്വയം ആ അടയാളപ്പെടുത്തലിനു ഞാനും നിന്നു കൊടുത്തു. സ്ത്രീകൾ പറയുന്നതൊക്കെ കണ്ണടച്ചു വിശ്വസിക്കാതെയായി, അവർക്കു വേണ്ടി എടുത്തുചാടി പ്രവർത്തിക്കാതെയായി, കഴിവതും സ്ത്രീകളിൽ നിന്നും സ്ത്രീ സംബന്ധിയായ വിഷയങ്ങളിൽ നിന്നും അകന്നുമാറാനും തുടങ്ങി.

പതിനാറു വർഷം യു. എ. ഇയിൽ വിവിധ പത്രങ്ങളിൽ ജോലി ചെയ്യും മുൻപ് അഞ്ചു വർഷം കേരളത്തിലെ അക്കാലത്തെ ഏറ്റവും മികച്ച ഒരു വാരികയിൽ ജോലി ചെയ്തിരുന്നു. അവിടെ നിന്നു സ്വായത്തമാക്കിയത് ഇന്നും കരിയറിൽ മുതൽക്കൂട്ടാണ്. അതിലപ്പുറം പുതുതായി ഒന്നും മനസിലാക്കാനും പഠിക്കാനും ഇല്ലായിരുന്നു. കേരളത്തിലും യു.എ.ഇ യിലും നിന്നുള്ള അനുഭവസമ്പത്തുമായി ഇപ്പോൾ കമ്പോഡിയയിലെ നമ്പർ വൺ പത്രത്തിൽ ജോലി ചെയ്യുന്നു. ഇവിടെയും കലാകൗമുദിയിലെ പോലെ ഏക വനിതാ എഡിറ്റോറിയൽ അംഗമായി ജോലി ചെയ്യുന്നു. കംബോഡിയയുടെ മടിത്തട്ടിൽ ദുബൈയുടെ മണ്ണിനേക്കാൾ സത്യമുള്ളതു കൊണ്ടാകാം മുൻകാല പരിചയക്കാർ ഇവിടെ പാര പണിയാൻ നോക്കിയെങ്കിലും അതു നടപ്പായില്ല. മാധ്യമ പ്രവർത്തനം ശത്രുക്കളുടെ ബാഹുല്യം കാരണം അവസാനിച്ചു എന്നു കരുതിയ ഇടത്തുനിന്നാണ് കംബോഡിയ എനിക്കൊരു പുനർജൻമം എല്ലാ അർത്ഥത്തിലും ലഭിച്ചിരിക്കുന്നത്.

ഫെമിനിസ്റ്റിൽ നിന്നും ഫീമെയിൽ സെക്സിസ്റ്റിലേക്ക് എത്തിയത് അനേകം ദുർഘടം പിടിച്ച വഴികൾ പിന്നിട്ട ശേഷമാണ്. അതിൽ ലജ്ജിക്കുന്നില്ല, കാരണം ഒരിക്കൽ ഫെമിനിസ്റ്റ് ആയാൽ പിന്നീടൊരു തിരിച്ചുപോക്കില്ല. അതു ചിലപ്പോൾ ഒരു ഫീമെയിൽ സെക്സിസ്റ്റിന്റെ രൂപത്തിൽ ആയേക്കാം എന്നു മാത്രം.

○○

ഒന്ന്

കേരളം പഠിപ്പിച്ചത്

ജേർണലിസം പഠിച്ചുകഴിഞ്ഞു രണ്ടു വർഷത്തെ ഇടവേളയ്ക്കു ശേഷമാണ് ഒരു മാധ്യമപ്രവർത്തകയാകാൻ എനിക്കു സാധിച്ചത്. ഏതെങ്കിലും വിധത്തിൽ ഒരു മാർഗനിർദേശം നൽകാനോ, സഹായിക്കാനോ സന്നദ്ധയുള്ള സുഹൃത്തുക്കളോ ബന്ധുക്കളോ ഇല്ലാതിരുന്നതും പത്രസ്ഥാപനങ്ങളിലെ ഒഴിവുകളെക്കുറിച്ചും, അവിടെ എങ്ങനെയാണ് ജോലിയ്ക്ക് ആളെ എടുക്കുന്നത് എന്ന തിനെക്കുറിച്ച് എനിക്കു വലിയ പിടിപാടില്ലാതിരുന്നതുമാണ് ഈ രണ്ടുവർഷ ഇടവേളയുടെ യഥാർത്ഥ കാരണം.

തിരുവനന്തപുരം ജില്ലയുടെ അതിർത്തി ഗ്രാമമായ ഇടവയിലെ ഒരു സാധാരണ കുടുംബത്തിൽ നിന്നുള്ള കടുത്തഎതിർപ്പുകൾ അവഗണിച്ചാണ് മാധ്യമപ്രവർത്തനം സ്വന്തം ജീവിതമാർഗമായി സ്വീകരിക്കുന്നത്. ഡിഗ്രി കഴിഞ്ഞപ്പോഴേ ജേർണലിസം പഠിക്ക ണം എന്ന ആഗ്രഹം വീട്ടിൽ അവതരിപ്പിച്ചു. ആദ്യം എല്ലാവരും സമ്മതം മൂളിയെങ്കിലും പെൺകുട്ടികൾക്ക് പറ്റിയതല്ല ആ പണി എന്ന പൊതുനിലപാടും നാട്ടുകാരുടെ തല്ലു കൊള്ളുന്ന ജോലി ക്കു പോകേണ്ട ആവശ്യമില്ല എന്ന വീട്ടുകാരുടെ നിലപാടും കാര്യ ങ്ങൾ അട്ടിമറിച്ചു. ഒടുവിൽ ഇഷ്ടമില്ലാതെ ബിഎഡിനു ചേർന്നു. അതിന്റെ റിസൾട്ട് വരാൻ വൈകിയതു കാരണം പ്രൈവറ്റ് ആയി എം.എ യ്ക്കു ചേർന്നു. അതിന്റെ റിസൾട്ട് എത്തും മുൻപു തന്നെ ഒരു മുസ്ലിം മാനേജമെന്റ് തുടങ്ങിയ സ്കൂളിൽ ഇംഗ്ലീഷ് ടീച്ചറിനെ ആവശ്യമുണ്ടെന്നു ചിറ്റപ്പൻ പറഞ്ഞത് അനുസരിച്ച് അവിടെ ജോ ലിയിൽ പ്രവേശിച്ചു. വീണ്ടും ജേർണലിസം എന്ന ആഗ്രഹം തല പൊക്കി. ഒരു സുഹൃത്ത് തിരുവനന്തപുരം പ്രസ് ക്ലബ്ബിലെ ജേർണ ലിസം കോഴ്സിന്റെ കാര്യം പറയുകയും അപേക്ഷാ ഫോം വാങ്ങിത്തരികയും ചെയ്തു. വീട്ടിൽ അനുവാദത്തിനു കാത്തുനിൽ

ക്കാതെ അപേക്ഷയും അയച്ചു. തുടർന്നു വന്ന എൻട്രൻസ് പരീക്ഷയും എഴുതി പാസ്സായി. ഇന്റർവ്യൂ സമയത്താണ് വീട്ടിൽ കാര്യം പറയുന്നത്. അപ്പോഴും ജേർണലിസം പഠിക്കാൻ കാശ് ചെലവാക്കില്ല എന്ന പതിവ് മറുപടി കിട്ടി. അങ്ങനെയെങ്കിൽ സ്വന്തം ശമ്പളം കൊണ്ടു പഠിക്കുമെന്നു പറഞ്ഞപ്പോൾ എന്റെ വാശിക്കു മുന്നിൽ അമ്മ അടിയറവു പറഞ്ഞു. ആരുമറിയാതെ അല്പം സ്വർണം പണയം വെച്ച് ആദ്യത്തെ ഫീസ് ഇൻസ്റ്റാൾമെന്റിനുള്ള പണം നൽകി. തുടർന്നുള്ള പഠനം, ഹോസ്റ്റൽ ചെലവ് ഒക്കെ ഞാൻ സ്വയം വഹിക്കും എന്നു വാക്കും നൽകി. അങ്ങനെ പകൽ അധ്യാപികയും വൈകുന്നേരം വിദ്യാർത്ഥിനിയുമായി ജേർണലിസം പൂർത്തിയാക്കി. അതിനിടയിൽ എപ്പോഴോ കുറച്ചുനാൾ അധ്യാപകവൃത്തിയോട് ഒരിഷ്ടം തോന്നിത്തുടങ്ങിയിരുന്നു എന്നതു മറക്കുന്നില്ല. എങ്കിലും അധികം വൈകാതെ സ്വന്തമിടം പത്രപ്രവർത്തനം തന്നെയാണെന്ന് ഉറപ്പിച്ചു.

ഈ സമയം കുടുംബത്തിലും വ്യക്തിജീവിതത്തിലും ഉണ്ടായ ചില സംഭവങ്ങളിൽ ഉലഞ്ഞ് ആകെ ഒറ്റപ്പെട്ട അവസ്ഥയിൽക്കൂടി കടന്നുപോകേണ്ടി വന്നു. എന്തെങ്കിലും ഒന്നു തുറന്നു പറയാൻ ആരുമില്ലാത്ത കാലം. ഏകാന്തതയിൽ പുസ്തകങ്ങൾ മാത്രം കൂട്ടുകാരായി. ഒടുവിൽ മരണത്തെ മുഖാമുഖം കണ്ട ഒരു കടുത്ത മഞ്ഞപിത്തം ബാധിച്ചതോടെ ജോലിയിൽ നിന്നും ഇടവേള എടുത്തു. ഏകദേശം ഒരു വർഷം കഴിഞ്ഞു ജോലി ചെയ്യാനുള്ള ആരോഗ്യം വീണ്ടുകിട്ടിയതോടെ സ്വപ്നജോലിയായ പത്രപ്രവർത്തനത്തിലേക്കു തന്നെ തിരിയാമെന്നുറപ്പിച്ചു. അങ്ങനെ ഏതാണ്ട് മൂന്നുവർഷത്തെ ഇടവേളയ്ക്കു ശേഷം മാധ്യമമേഖലയിൽ എത്തുമ്പോഴും കാര്യങ്ങൾ അത്ര ഭദ്രമായിരുന്നില്ല. കയ്യിൽ ഒരു ജേർണലിസം ഡിപ്ലോമ ഉണ്ടെന്നല്ലാതെ എന്ത് ചെയ്യണം എന്നറിയാതെ കുഴങ്ങിയ അവസ്ഥ. നഗരകേന്ദ്രീകൃതമാണ് മാധ്യമലോകം എന്നും ആരെങ്കിലും ശുപാർശ ചെയ്യാതെ ഒരു സ്ഥാപനത്തിലേയും ഒഴിവുകൾ അറിയാൻ സാധിക്കില്ലെന്നും മനസ്സിലാക്കിയതപ്പോഴാണ്. ആ ഘട്ടത്തിൽ ചിന്തിച്ചു നിൽക്കാതെ സ്വന്തം വഴിക്കു നീങ്ങാൻ ഞാൻ നിശ്ചയിച്ചു. ആയിടക്കാണ് കോട്ടയത്ത് നിന്ന് ആരംഭിക്കുന്ന ഒരു ഇംഗ്ലീഷ് മാസികയ്ക്ക് സബ് എഡിറ്ററിനെ ആവശ്യമുണ്ടെന്ന പരസ്യം കാണുന്നതും അപേക്ഷിക്കുന്നതും ജോലി ലഭിക്കുന്നതും.

ഒരു ക്രിസ്ത്യൻ മാനേജ്മെന്റ് നടത്തുന്ന സ്ഥാപനം. അമ്പല

ത്തറയിലെ സ്കൂളിൽ കണ്ടതു പോലുള്ള രീതികൾ ഒരു പത്രമാപ്പീസിൽ കണ്ടമ്പരന്നു. രാവിലെയും ഉച്ചക്കും വൈകിട്ടും പ്രാർത്ഥന നിർബന്ധം. എനിക്കതു പറ്റില്ല എന്നു പറഞ്ഞപ്പോൾ അവർ കരുതിയത് മുസ്ലിം ആയതു കൊണ്ടു ചെയ്യാത്തതാണ് എന്നാണ്. രണ്ടുമൂന്നു വർഷത്തെ കോൺവെന്റ് സ്ക്കൂൾ ബോർഡിങ് വാസകാലത്തു ക്രിസ്ത്യാനിക്കുട്ടികളേക്കാൾ മുട്ടിന്മേൽ പ്രാർത്ഥിച്ചിട്ടുണ്ടു ഞാൻ എന്നു പറഞ്ഞപ്പോൾ ആ പ്രാർത്ഥനയിൽ ഇളവു കിട്ടി. പക്ഷേ, ആ സ്ഥാപനത്തിൽ നിന്നാണ്, കഴിവു കൊണ്ടു മാത്രം ഈ രംഗത്തു പിടിച്ചു നില്ക്കാൻ സാധിക്കില്ല എന്നതിന്റെ ആദ്യ പാഠം ലഭിക്കുന്നത്. എന്നെ കൂടാതെ മറ്റൊരു പെൺകുട്ടി കൂടി അവിടെ ജോലിക്കു ചേർന്നു. ഞങ്ങൾ നല്ല സുഹൃത്തുക്കളായെങ്കിലും ക്രിസ്ത്യാനി എന്ന അധികപരിഗണന മാനേജ്മെന്റ് അവൾക്കു നൽകി. എഴുതാൻ വശമില്ലെങ്കിലും ബൈലൈനിൽ പിശുക്കില്ല. കടുത്ത നിബന്ധനകൾ ഇല്ല. എനിക്ക് രണ്ടു കോളങ്ങൾ കൈകാര്യം ചെയ്യാൻ തന്നിരുന്നു. അതിലൊന്ന് ആ പെൺകുട്ടിയുടെ പേരിലാക്കാൻ പറഞ്ഞതോടെ എനിക്കു ശബ്ദമുയർത്തേണ്ടി വന്നു.

അത്തരം ഒരു സ്ഥാപനത്തിൽ തുടരേണ്ടതില്ല എന്ന് ബോധ്യമായപ്പോൾ രാജിക്കത്ത് എഴുതിക്കൊടുത്ത് അവിടെ നിന്നും ഇറങ്ങി. എന്നിട്ടും എന്നും ഹോസ്റ്റലിൽ നിന്ന് ബസ് സ്റ്റാൻഡിലേക്ക് പോകുന്ന വഴിയിൽ കാണുന്ന മംഗളം പത്രത്തിന്റെ ഓഫിസിൽ കയറി അന്വേഷിക്കാൻ ശ്രമിച്ചില്ല. കാരണം അന്നു പെൺകുട്ടികൾക്ക് പത്രമാപ്പീസുകളിൽ അവസരങ്ങൾ ഇല്ലായിരുന്നു.

ആറു മാസത്തെ മാധ്യമപ്രവർത്തന പരിചയവുമായി നാട്ടിലേക്കു മടങ്ങുമ്പോൾ ഇനി എന്ത് എന്ന ചിന്തയായി. അപ്പോഴും ആരോടെങ്കിലും സഹായം ചോദിക്കണം എന്നൊന്നും തോന്നിയില്ല. ഓർമ്മവെച്ചനാൾ മുതൽ മറ്റുള്ളവരോട് സഹായം അഭ്യർത്ഥിക്കാതെ തന്നെ ഓരോന്നു ചെയ്യാൻ ജീവിതസാഹചര്യങ്ങൾ പ്രാപ്തയാക്കിയതു കൊണ്ടാകണം അന്നൊക്കെ അതൊരു കുറച്ചിലായിരുന്നു. ദൃശ്യമാധ്യമമേഖലയ്ക്ക് തുടക്കമാകുന്നു എന്നൊക്കെ ഉള്ള വാർത്തകൾ വന്നിരുന്ന കാലം. ഒരു പുതിയ ചാനൽ തിരുവനന്തപുരത്തു തുടങ്ങുന്നതായി വാർത്ത കണ്ടതും ഉടൻ അപേക്ഷിച്ചു. തിരഞ്ഞെടുക്കപ്പെടുന്നവരെ ആണ് അഭിമുഖത്തിന് വിളിക്കുന്നത്, ആയിരം രൂപ റജിസ്ട്രേഷൻ ഫീസായി കൊണ്ടുചെല്ലണം എന്നൊരു കത്തും കിട്ടി. അധികം വൈകാതെ അതൊ

രു തട്ടിപ്പാണെന്നു മനസിലായി.

അതാണ് വഴിത്തിരിവായത്. ഈ തട്ടിപ്പിനെക്കുറിച്ച് കലാകൗമുദി എഡിറ്ററും ഞാൻ ജേർണലിസം ചെയ്ത നാളിൽ പ്രസ്ക്ലബ് ഡയറക്ടർ ആയിരുന്ന എൻ ആർ എസ് ബാബു സാറിനെ കണ്ടു പറയണം എന്നു നിശ്ചയിച്ചു. ജേർണലിസം പഠനകാലത്തു ഇന്റേൺഷിപ് ചെയ്യാൻ സാധിക്കാതെ പോയതു കൊണ്ട് ഏതെങ്കിലും ഇംഗ്ലീഷ് പത്രത്തിൽ ഒരു ഇന്റേൺഷിപ് ചെയ്യാനുള്ള സാധ്യതകൂടി അന്വേഷിക്കാമെന്നു കരുതി. എൻ ആർ എസ് ബാബു സാറിനോട് കാര്യങ്ങൾ അവതരിപ്പിച്ചു കൊണ്ടിരുന്നപ്പോൾ ചീഫ് എഡിറ്റർ മണി സാർ ബാബു സാറിനെ ഒരു മീറ്റിംഗിനായി വിളിച്ചു. എൻ ആർ എസ്സ് സാറിന്റെ മുറിയിൽ സർ വായിക്കാൻ തന്ന ടൈംസ്, ന്യൂസ്‌വീക് വാരികകൾ വായിച്ചുകൊണ്ട് നീണ്ട മൂന്ന് മണിക്കൂർ സമയം കളഞ്ഞു. ഇടയ്ക്ക് ആരൊക്കെയോ സാറിനെ അന്വേഷിച്ചു വന്നുംപോയുമിരുന്നു. ഒടുവിൽ സർ എത്തി. അദ്ദേഹം ചോദിച്ചു, 'ഇന്ത്യൻ എക്സ്പ്രസ്സ് എഡിറ്റർ മാധവൻ കുട്ടി ആയിരുന്നു മീറ്റിംങിൽ. നസീമിന് ഇന്റേൺഷിപ് ഇംഗ്ലീഷ് പത്രത്തിൽത്തന്നെ വേണോ, ഇവിടെ ആയിക്കൂടെ?'

അക്കാലത്തെ കലാകൗമുദിയുടെ പ്രതാപവും ജേർണലിസം ക്ലാസിലെ ഷൈൻ ചെയ്യുന്ന വിദ്യാർത്ഥികളുടെ കൂട്ടത്തിലൊന്നും ഇല്ലാതിരുന്ന എനിക്ക് എൻ.ആർ.എസ്സ് ബാബു സർ അങ്ങനെ ഒരവസരം തരും എന്ന പ്രതീക്ഷ തീരെ ഇല്ലാതിരുന്നതു കൊണ്ടും സന്തോഷം കൊണ്ടു തുള്ളിച്ചാടാനാണ് അപ്പോൾ തോന്നിയത്. വേറൊന്നും ആലോചിച്ചില്ല. ഇംഗ്ലീഷ് പത്രപ്രവർത്തന മോഹമൊക്കെ മറന്നു. എന്നാൽ, സർ ഒരു നിബന്ധന വച്ചു. ശിഷ്യയുടെ മലയാളഭാഷാപരിജ്ഞാനം എത്രത്തോളം ഉണ്ടെന്നു മനസിലാക്കാൻ ഒരു ചെറിയ പരീക്ഷ നടത്തും. അതു വിജയിച്ചാൽ ഇന്റേൺഷിപ് ലഭിക്കും. പരീക്ഷ മറ്റൊന്നുമല്ല, നോം ചോംസ്കിയുടെ ഒരു നീണ്ട ലേഖനം ഒരാഴ്ചക്കുള്ളിൽ തർജ്ജമ ചെയ്തു കൊടുക്കണം. അതു നോക്കിയിട്ടു തീരുമാനിക്കും കലാകൗമുദി ഇന്റേൺഷിപ്.

ഞാൻ തിരികെമടങ്ങി. പ്രതീക്ഷയൊക്കെ അസ്തമിച്ചിരിക്കുന്നു. തന്ന ജോലി ചെയ്യാതിരിക്കുന്നത് ശരിയല്ല എന്നു കരുതി സർ പറഞ്ഞ സമയത്തിനുള്ളിൽത്തന്നെ ലേഖനവുമായി കലാകൗമുദിയിൽ എത്തി. സർ ഓഫീസിൽ ഇല്ല, കവർ റിസപ്ഷനിൽ ഏൽപ്പിച്ചു മടങ്ങി. ഒരാഴ്ച കഴിയും മുൻപ് വീട്ടിലേക്ക് സാറിന്റെ ഫോൺ

കോൾ. വീണ്ടും ഓഫീസിലേക്കു ചെല്ലണം. അപ്പോഴും എനിക്കു തീരെ പ്രതീക്ഷ ഇല്ല. ഇംഗ്ലീഷ് പത്രത്തിൽ ഇന്റേൺഷിപ്പ് ചെയ്യാനുള്ള കത്ത് നൽകാൻ ആയിരിക്കും എന്ന് കരുതി കലാകൗമുദി ഓഫീസിൽ എത്തി. അന്ന് കേരളകൗമുദി ഓഫീസും കലാകൗമുദിയും ഒരിടത്താണ്. എന്നെ അതിശയിപ്പിച്ചു കൊണ്ട് സർ പറഞ്ഞു, 'മണി സർ ഒരു ഇന്റർവ്യൂ ചെയ്യും. അതുംകൂടി നോക്കിയിട്ടു കലാകൗമുദിയിൽ ഇന്റേൺഷിപ്പ് ചെയ്യാം.'

ശിവഗിരിയിൽ ആർ.എസ്.എസ് സ്വാധീനം ചെലുത്താൻ തുടങ്ങുന്നു എന്ന അടക്കംപറച്ചിലുകൾ നടക്കുന്ന കാലമാണത്. വർക്കല നിന്നുള്ള എനിക്ക് അവിടത്തെ രാഷ്ട്രീയ സാഹചര്യങ്ങൾ അറിയാമോ എന്നാണ് മണി സർ പരിശോധിച്ചത്. കലാകൗമുദി പോലുള്ള വാരികയിൽ രാഷ്ട്രീയബോധം ഇല്ലാത്ത ഒരു വ്യക്തിയെ നിയമിച്ചിട്ടും കാര്യമില്ലല്ലോ. രാഷ്ട്രീയവിഷയങ്ങൾ ഇഷ്ടമുള്ള ഞാൻ ആ കടമ്പയും കടന്നു. ഇന്റേൺഷിപ്പിൽ ആദ്യം കിട്ടിയ ചുമതല യാതൊരു അടുക്കുംചിട്ടയുമില്ലാതെ കിടക്കുന്ന എൻ ആർ എസ്സിന്റെ കുടുസു മുറിയിലെ ഒരു അലമാരയിൽ കുന്നുകൂടിക്കിടക്കുന്ന നൂറുക്കണക്കിന് ആളുകളുടെ രചനകൾ അടുക്കിപ്പെറുക്കൽ ആയിരുന്നു. ഉച്ചക്ക് ഒരുമണിയോടെ സർ വീട്ടിൽ പോയി കഴിഞ്ഞാൽ പിന്നെ ആ മുറി വൈകിട്ട് ആറു മണിക്കുള്ള തിരുവനന്തപുരം കൊല്ലം ഷട്ടിൽ ട്രെയിൻ എത്തുന്നത് വരെ എന്റെ സാമ്രാജ്യമായി. ഇടയ്ക്കു ഓഫീസ് ബോയ് സുരേന്ദ്രൻ പിള്ള വരും, പ്രൂഫിലെ ചേച്ചിമാർ വന്നു ഭക്ഷണം കഴിച്ചോ എന്നന്വേഷിച്ചു പോകും. അന്നും ഇന്നും എന്തെങ്കിലും ജോലിയിൽ ഏർപ്പെട്ടാൽ ഭക്ഷണം ഉപേക്ഷിക്കുന്ന എന്നെ ഒന്നാമതേ മെലിഞ്ഞത്, ഇനി ഭക്ഷണം കൂടി കഴിക്കാതെ എല്ലും തോലും ആകുമെന്ന് അവർ സ്നേഹത്തോടെ ഓർമ്മപ്പെടുത്തിയിരുന്നു. ആ ദൗത്യം പൂർണ ഉത്തരവാദിത്തത്തോടെ ചെയ്തു തീർത്തതോടെ ആർട്ടിക്കിളുകളും ഫോട്ടോകളും ഒക്കെ എന്റെ അനുവാദമില്ലാതെ ആരും എടുക്കരുതെന്ന് സർ എല്ലാവരോടും പറഞ്ഞു.

കഷ്ടപ്പെട്ട് അടുക്കിപ്പെറുക്കി വച്ചതൊക്കെയും മറ്റുള്ളവർ അട്ടിമറിക്കാതെ നോക്കണം എന്ന ഉദ്ദേശത്തോടെ ആണതെന്നു മനസിലാക്കാൻ എഡിറ്റോറിയലിലെ ചില അംഗങ്ങൾക്ക് സാധിച്ചില്ല. അവർ നോക്കുമ്പോൾ ഇന്നലെ വന്ന ഒരു പെണ്ണിന് സകല അധികാരങ്ങളും കൊടുത്തിരിക്കുന്നു. അതോടെ തുടക്കത്തിലേ ചിലരുടെ കണ്ണിലെ കരടായി. ഇന്റേൺഷിപ് കാലത്തു പറയത്തക്ക

റിപ്പോർട്ടിങ് അസൈൻമെന്റൊന്നും കിട്ടിയില്ല. ചില ചെറിയ കുറിപ്പുകൾ പോലുള്ളവ ചെയ്തതിനു നല്ല പ്രതികരണം കിട്ടിയത് ആത്മവിശ്വാസം നൽകി.

ആറു മാസത്തെ കടുകട്ടി ഇന്റേൺഷിപ്പിനൊടുവിൽ അവിടെ ട്രെയിനീ ജേർണലിസ്റ്റായി. ഇനിയുള്ള ദിവസം ഇന്റേൺഷിപ് ചെയ്തതു പോലെ ആകില്ല എന്ന മുഖവുരയോടെ എൻ ആർ എസ് സർ മൂന്ന് പ്രധാന കാര്യങ്ങൾ ശ്രദ്ധയിൽ പെടുത്തി. 'ഓരോ മാധ്യമസ്ഥാപനവും ഒരു മൃഗശാലയാണ്. അവിടെ കടുവ, സിംഹം, സിംഹവാലൻ തുടങ്ങി എല്ലാവിധത്തിലുമുള്ള പക്ഷിമൃഗാദികൾ ഉണ്ടാകും. നേരിടുക. സ്ത്രീയെന്ന പരിഗണന വേണമെന്നു തോന്നുന്നെങ്കിൽ ഇതു പറ്റിയ പണിയല്ല എന്ന് കരുതി ഇപ്പോഴേ നിർത്തുക. പിന്നെ, പേന ഉന്തി സമൂഹം നന്നാക്കാം എന്നാണെങ്കിൽ, ആ പേന ആദ്യമേ ചവറ്റുകൂട്ടയിലേക്ക് ഇടുക.' അദ്ദേഹം പറഞ്ഞ ഓരോ കാര്യവും വാസ്തവവുമായിരുന്നു.

ഏറ്റവും ജൂനിയർ ആയ എനിക്കന്ന് എഡിറ്റോറിയൽ മീറ്റിങ്ങിൽ ഇരിപ്പിടം ഇല്ല. മീറ്റിംഗ് കഴിയും വരെ ഞാൻ നിൽക്കണം. മറ്റുള്ള സീനിയർ പത്രപ്രവർത്തകർക്കൊപ്പം ഇരിക്കാനുള്ള അർഹത വരുംവരെ നിൽക്കട്ടെ എന്നായിരുന്നു നിലപാട്. എൻആർഎസ്സ് സർ ഇടയ്ക്ക് ആശ്വസിപ്പിക്കും, 'പുള്ളേ, ഇപ്പോൾ അല്പം കഷ്ടപ്പെട്ടോ, പിന്നീട് കാലും നീട്ടി ഇരിക്കാം.'

ഒടുവിൽ എന്റെ അവസരവും വന്നുചേർന്നു. ജഗ്ജിത് സിംഗിന്റെ ഗസൽസന്ധ്യ പരിപാടി തിരുവനന്തപുരത്തു നടക്കാൻ പോകുന്നു. ജഗ്ജിത് സിംഗിന്റെ കടുത്ത ആരാധികയായ ഞാൻ ഒരു പാസ് ചോദിച്ചു. സർ ആദ്യം മടിച്ചു. ഒരു പാസ് വെറുതെ തരാൻ അദ്ദേഹം ഒരുക്കമായിരുന്നില്ല. അപ്പോൾ, അന്നു കേരളകൗമുദി ന്യൂസ് എഡിറ്റർ ആയിരുന്ന പി. ഫാസിലുദ്ദീൻ ഇടപെട്ടു. "കൊച്ചു പിള്ളേർ പോയി പാട്ടൊക്കെ കേൾക്കട്ടെ. ഒരെണ്ണംകൊടുക്കെന്നേ." എൻ ആർ എസ് നിബന്ധന വച്ചു, ഒന്നല്ല, രണ്ടു പാസ് തരാം. പരിപാടി റിപ്പോർട്ട് ചെയ്യണം. ഞാൻ ചെയ്യാമെന്ന് പറഞ്ഞിട്ടും അദ്ദേഹത്തിന് വിശ്വാസം ഇല്ല. എന്തും മുഖത്ത് നോക്കി ആരോടും പറയുന്ന അദ്ദേഹം എന്നോടു പറഞ്ഞു, 'ഐ ഡോണ്ട് തിങ്ക് യു ക്യാൻ റൈറ്റ് എബൌട്ട് എ ഗസൽ കോൺസെർട്. എന്തായാലും ഫസൽ പറഞ്ഞത് കൊണ്ട് പാസ് തരുന്നു. ആർട്ടിക്കിളിന് ഒരു പേജ് ഒഴിച്ചിടും. നല്ലതാണെങ്കിൽ പബ്ലിഷ് ചെയ്യും, ഇല്ലെങ്കിൽ അത് ബ്ലാങ്ക് പേജായി കിടക്കും എഡിഷനിൽ.'

ഞാൻ വെല്ലുവിളി ഏറ്റെടുത്തു. സാറിന്റെ മനസ്സിൽ എം എസ് ബനേഷ് എന്ന സഹപ്രവർത്തകനെ കൊണ്ട് ആ പരിപാടി റിപ്പോർട്ട് ചെയ്യിക്കണം എന്നായിരുന്നു പ്ലാൻ എന്ന് പിന്നീട് എനിക്കു തോന്നി. രാത്രി എട്ടു മുതൽ പത്തര വരെ നീളുന്ന ഗസൽ പരിപാടി. അനുജത്തി കൂടി കോളേജ് വിട്ടശേഷം കൂട്ടുവരാമെന്നു പറഞ്ഞപ്പോൾ ഒപ്പം ഒരാൾ കൂടി ആയെന്നുള്ള സമാധാനമായി. അപ്പോഴും പരിപാടി കഴിഞ്ഞ് എങ്ങനെ റെയിൽവേസ്റ്റേഷൻ വരെ എത്തും എന്നൊക്കെയുള്ള ചിന്ത വന്നു. ഒടുവിൽ, നമ്മൾ രണ്ടു പേരുണ്ടല്ലോ, നടന്നെങ്കിലും പോകാമെന്നു സമാധാനിച്ചു.

അന്ന് പരിപാടി കഴിഞ്ഞ്, രാത്രി പന്ത്രണ്ടു മണിക്ക് കണ്ണൂർ എക്സ്പ്രസിൽ വർക്കല എത്തി ഒരു ഓട്ടോറിക്ഷ പിടിച്ച് വീട്ടിലെത്തി. പുലരുംവരെ ഉറക്കമിളച്ചിരുന്ന് എഴുതി രാവിലെ ഏഴു മണിക്കുള്ള തീവണ്ടിയിൽ വീണ്ടും ഓഫീസിലേക്ക്. സർ എത്തിയതും ലേഖനം കൊടുത്തു. വീക്കിലിയുടെ പണികൾ തീർക്കേണ്ട അവസാന ദിവസമാണ് വെള്ളിയാഴ്ച. അദ്ദേഹം ലേ ഔട്ട് തിരക്കുകളിലേക്ക് പോയി. ഒടുവിൽ എന്റെ ലേഖനം കയ്യിലെടുത്തു. ചവറ്റുകുട്ടയിൽ പോകുമോ ഇല്ലയോ എന്നറിയാൻ കാത്തിരുന്ന എന്നോട്, ഉറക്കമിളച്ചതല്ലേ വീട്ടിൽ പൊയ്ക്കോളൂ എന്ന് പറഞ്ഞു. ലേഖനം ഇഷ്ടപ്പെട്ടാൽ കൊടുക്കാം എന്നൊരു വാക്കു മാത്രം.

വീട്ടിലെത്തി. എങ്ങനെയോ ആ ദിവസം നേരം വെളുപ്പിച്ചു, ശനിയാഴ്ച പതിവുപോലെ ഓഫീസിലെത്തി മുറി തുറന്നു, വീക്കിലി അലമാരയിൽ ഉണ്ടോ എന്നു നോക്കാൻ തുടങ്ങുമ്പോൾ എം. എസ് മണി സർ മുറിയിലേക്കു വന്നു. അദ്ദേഹം ലേഖനത്തിനു ഞാൻ എഴുതിയ ആദ്യത്തെ വരി പറഞ്ഞു. ഒപ്പം ഇത്രയൊക്കെ അറിവുണ്ടായിരുന്നോ എന്നും ചോദിച്ചപ്പോൾ സമാധാനമായി. ലേഖനം വന്നു!

പതിവ് പോലെ എഡിറ്റർമാർ ഓരോരുത്തരായി ശനിയാഴ്ചത്തെ മീറ്റിങ്ങിന് എത്തിത്തുടങ്ങി. അവസാനം വന്ന ആളിന് വേണ്ടി പതിവുപോലെ ഞാൻ കസേര ഒഴിയുമ്പോൾ എൻ ആർ എസ് സർ വിലക്കി. അവിടിരിക്കാൻ പറഞ്ഞു. അവസാനം വരുന്നവർ ഇനി മുതൽ കസേര റിസപ്ഷനിൽ നിന്ന് എടുത്തുകൊണ്ടു വന്നിരുന്നാൽ മതി എന്നു പറഞ്ഞു. നീണ്ട ആറു മാസത്തിനു ശേഷം പുരുഷന്മാരായ എഡിറ്റർമാർക്കൊപ്പം എനിക്കും ഒരു ഇരിപ്പിടം കിട്ടിയിരിക്കുന്നു! ഒരു സീനിയർ എഡിറ്റർ 'ഒരു പെണ്ണിരിക്കുന്ന എഡിറ്റോറിയൽ മീറ്റിങ്ങിൽ പങ്കെടുക്കില്ല' എന്നു പറഞ്ഞു

വാതിലിൽക്കൽ തന്നെ നിന്നപ്പോൾ എൻആർഎസ് പറഞ്ഞു, 'അങ്ങനെ എങ്കിൽ പങ്കെടുക്കേണ്ട. പിന്നെയെല്ലാം ഇഷ്ടംപോലെ.'

അല്പംനേരം കഴിഞ്ഞ് ബോയ്കോട്ട് ചെയ്ത വ്യക്തി തിരികെ എത്തി. രണ്ടു വർഷത്തോളം എന്നോട്ടു മിണ്ടാതെ നോക്കി. പിന്നീട് പതിയെ എഴുതുന്നതൊക്കെ എന്നെ ധൈര്യമായി ഏൽപ്പിക്കാനും തുടങ്ങി. എതിർക്കേണ്ട ഇടത്ത് എതിർക്കാനും പൊരുതാനും മടിക്കേണ്ടതില്ല എന്ന് സ്വയം മനസിലാക്കി മുന്നോട്ടു നീങ്ങി. എൻ ആർ എസ് എനിക്ക് മുന്നറിയിപ്പ് തന്നു, 'എന്റെ സ്വഭാവം കണ്ടു പഠിക്കരുത്. ഒന്നുകിൽ ആശാന്റെ നെഞ്ചത്ത്, അല്ലെങ്കിൽ കളരിക്ക് പുറത്ത് എന്ന പെരുമാറ്റം എങ്ങും കൊണ്ടെത്തിക്കില്ല. ശത്രുക്കൾ ധാരാളം ഉണ്ടാകും.' എനിക്ക് ലഭിച്ച റോൾ കേരളകൗമുദിയിലേയും കലാകൗമുദിയിലേയും പലരും അവരുടെ മക്കൾക്കോ ബന്ധുക്കൾക്കോ വേണ്ടി സ്വപ്നം കണ്ടതായിരുന്നു എന്ന് പിന്നീട് അറിഞ്ഞു. ചിലരുടെ ഒക്കെ പെരുമാറ്റത്തിലെ നീരസവും അകൽച്ചയും അത് കൊണ്ടാണെന്നു പിൽക്കാലത്തു മനസിലാക്കി. റിബൽ, കാന്താരി എന്നൊക്കെ ചിലർ വിളിച്ചെങ്കിലും അതിലൊക്കെ ഒരിഷ്ടവും ഉണ്ടായിരുന്നു. ചിലർക്ക് കൗതുകമായിരുന്നു ഒരു മുസ്ളീം പെൺകുട്ടി കലാകൗമുദി പോലുള്ള വാരികയിൽ ജോലി ചെയ്യുന്നത്. ആ പേരു പറഞ്ഞു ചിലർ കാണാൻ വന്നപ്പോൾ എൻആർഎസ് സർ പലരോടും പൊട്ടിത്തെറിച്ചു.

ഒരിക്കൽ അക്കാലത്തെ പ്രമുഖ മനുഷ്യാവകാശ പ്രവർത്തകനായ മുകുന്ദൻ സി മേനോൻ, 'എവിടെ ബാബൂ ആ മുസ്ലിം പെൺകുട്ടി എന്നു ചോദിച്ചെത്തി. മുകുന്ദനിൽ നിന്ന് ഇത്തരമൊരു ചോദ്യം പ്രതീക്ഷിച്ചില്ല എന്നു പറഞ്ഞു അവർ തമ്മിൽ വാക്കുതർക്കമായി. എനിക്കും അതൊരു വിഷമകരമായ തിരിച്ചറിവായിരുന്നു. മുസ്ലീം എന്ന ലേബൽ നല്കിയാണോ പലരും എന്നെ കാണുന്നത് എന്ന ചിന്ത ആയി. കാന്താരി, റിബൽ എന്നൊക്കെ മറ്റുള്ളവർ കരുതുമ്പോഴും കലാകൗമുദിയിലെ പ്രൂഫ് റീഡർമാരും ഡിടിപി ഓപ്പറേറ്റർമാരും ഡിസൈനർമാരുമൊക്കെ ഏക വനിതാ എഡിറ്റോറിയൽ അംഗം എന്ന നിലയ്ക്ക് എനിക്ക് നിർലോഭം കരുതലും സ്നേഹവും പിന്തുണയുമൊക്കെ നൽകിയിരുന്നു.

ആരെയും പേടിക്കാതെ എന്തും പറയുന്ന സ്വഭാവം ജന്മനാ ഉള്ളതു കൊണ്ട് പ്രതിബന്ധങ്ങളെ നിസ്സാരമായി കാണാൻ സാധിച്ചിരുന്നു. അതുകൊണ്ടുതന്നെ ഓഫീസിലെ ശോചനീയമായ ടോയ്ലെറ്റ്, ഡിടിപി റൂമിൽ സ്ത്രീകൾ മാത്രം ചെരുപ്പ് അഴിച്ചു വയ്ക്ക

ണം എന്നുള്ള നിബന്ധന ഒക്കെ എതിർക്കാതിരിക്കാൻ സാധിച്ചില്ല. അതൊക്കെ അക്കാലത്തെ വീരസാഹസികതകൾ. 'ആൾ ഇത്തിരിയെ ഉള്ളെങ്കിലും സാറിന്റെ സ്റ്റാഫ് ആളൊരു കാന്താരി' എന്നു ചീഫ് എഡിറ്ററിനെ പോലും ശാസിക്കാൻ മടിക്കാത്ത ഫോർമാൻ പരാതി നൽകി. പക്ഷേ, അതൊക്കെയും ഒരു തമാശക്ക് അപ്പുറം പോയിരുന്നില്ല. അന്ന് എനിക്കെതിരെ പരാതി കൊടുക്കാൻ ഫോർമാനെ സഹായിച്ചത് ഡി.ടി.പി യിലെ വനിതകളാണ്. ഓഫീസിലെ മറ്റു സ്ത്രീകളിൽ നിന്ന് വ്യത്യസ്തമായി ഞാൻ ക്യാൻവാസ് ഷൂസാണ് ധരിക്കുന്നത്. ഡി.ടി.പി റൂമിൽ കയറുമ്പോൾ അതഴിച്ചു വയ്ക്കണം. കാലിൽ അഴുക്കു പറ്റിയാൽ അതു കഴുകാതെ എനിക്ക് സ്വസ്ഥതയും വരില്ല. നനഞ്ഞ ഷൂസിട്ടു നടക്കാനും പറ്റില്ല. എന്നും തുടയ്ക്കുന്ന തറ എങ്ങനെ ചെളി പിടിക്കുന്നു എന്ന് അറിയാൻ ശ്രമിച്ചപ്പോൾ മനസിലായി ഷൂസ് ഇടുന്ന പുരുഷന്മാരൊക്കെ അതഴിക്കാതെ ആണ് ഡി.ടി.പി മുറിക്കകത്തു കയറുന്നത് എന്ന്. എന്തു സംഭവിക്കും എന്നറിയാൻ അടുത്ത ദിവസം മുതൽ ഞാനും ഷൂസിട്ട് അകത്തു കയറാൻ തുടങ്ങി. ഒരു ദിവസം എം എസ് മണി സാറും മറ്റു പത്രാധിപന്മാരുമൊക്കെ കേരളകൗമുദിയുടെ പതിവ് എഡിറ്റോറിയൽ മീറ്റിംഗ് നടക്കുന്ന സമയത്ത് അതുവഴി പോയ എന്നെ ഫോർമാൻ തടഞ്ഞു നിർത്തി ഉച്ചത്തിൽ ശാസിക്കാൻ ശ്രമിച്ചു.

ഞാൻ ഷൂസിടുന്ന കാര്യം ആരാണു പറഞ്ഞത് എന്നു ചോദിച്ചപ്പോൾ 'എല്ലാ പെണ്ണുങ്ങളും പറയുന്നു' എന്നായിരുന്നു മറുപടി. എനിക്ക് പാര പണിഞ്ഞു പെണ്ണുങ്ങൾ എന്നു മനസിലായി. ഒരിക്കൽ സ്ത്രീകളെല്ലാവരും കൂടി ഈ വിഷയം ചർച്ച ചെയ്തപ്പോൾ ഞാൻ പറഞ്ഞിരുന്നു ഒന്നുകിൽ ഡിടിപി മുറി വൃത്തിയാക്കി ഇടണം, അല്ലെങ്കിൽ എല്ലാവർക്കു ചെരുപ്പ് അകത്തിടാനുള്ള അനുവാദം കിട്ടണം. സ്ത്രീകളുടെ ഇരട്ടത്താപ്പ് മനസിലായപ്പോൾ എന്റെ ദേഷ്യം ഇരട്ടിച്ചു. ഷൂസിട്ട് അകത്തു കയറരുത് എന്നുണ്ടെങ്കിൽ അത് എല്ലാവരോടും പറയണം എന്നായി ഞാൻ. അവർ ഷൂസിടുന്ന പുരുഷന്മാരാണ് എന്ന് പുള്ളി. എങ്കിൽ ഷൂസിടുന്ന സ്ത്രീയാണ് ഞാൻ എന്ന് എന്റെ മറുപടി. അവർ അഴിച്ചു വച്ചാൽ മാത്രമേ ഷൂസ് പുറത്തിടൂ? ഫോർമാന്റെ അടുത്ത ചോദ്യം തെല്ല് അവിശ്വസതയോടെ. അതെ എന്ന് എന്റെ മറുപടി. 'എങ്കിൽ നിന്നെ ഞാൻ പുറത്താക്കും.' അതു ഭീഷണിയാണ്. ഒട്ടും കുലുങ്ങാതെ, 'എങ്കിൽ പുറത്താക്കിക്കോ' എന്നു ഞാനും നിലപാടെടുത്തു. എന്നിട്ട്, ഫോർ

മാന്റെ മേശപ്പുറത്തു നിന്ന് കലാകൗമുദിക്കുള്ള ഇംഗ്ലീഷ് വാരികകൾ എടുത്തുകൊണ്ട് ഒന്നും സംഭവിക്കാത്തത് പോലെ പോയി.

അതോടെ ഫോർമാൻ എൻആർഎസ്സിനെ സമീപിച്ച്, ഞാനൊരു കാന്താരിയാണെന്ന് പരാതി പറഞ്ഞു. കലാകൗമുദിയിലെ ഗുണ്ട ആകാനാണോ പ്ലാൻ എന്ന് എന്നോടു ചോദിച്ച് സർ അതിനെ ചിരിച്ചു തള്ളി. ഏതായാലും അടുത്ത ദിവസം രാവിലെ എത്തിയപ്പോൾ ഡി.ടി.പി റൂമിലെ പൊട്ടിപ്പൊളിഞ്ഞ ലെനോലിയം മാറ്റാനുള്ള നടപടികൾ തുടങ്ങുന്നതാണ് കണ്ടത്. ഇങ്ങനെ ചില ചില്ലറ സംഗതികൾ നടന്നിരുന്നുവെങ്കിലും, പത്രപ്രവർത്തനത്തിന്റെ ബാലപാഠങ്ങളും മലയാളഭാഷ കൈകാര്യം ചെയ്യാനും നിരവധി എഴുത്തുകാരേയും രാഷ്ട്രീയക്കാരേയും അടുത്തു കാണാനും പരിചയപ്പെടാനും എൻആർഎസ് സർ അവസരം നൽകി. ഇംഗ്ലീഷ് ഭാഷ കൈകാര്യം ചെയ്യാനുള്ള കഴിവ് പല പ്രമുഖരുടേയും അഭിമുഖങ്ങൾ ചെയ്യാനുള്ള അവസരവും നൽകി.

അതിലെടുത്തു പറയേണ്ടത് മഖ്മൽ ബഫ്, ക്രിസ്റ്റോഫ് സനൂസി, ഫസൽ ഖുറേഷി, വന്ദന ശിവ എന്നിവരുമായുള്ള അഭിമുഖങ്ങളാണ്. മഖ്മൽ ബഫ് ഒരു കൂട്ടം മാധ്യമ പ്രവർത്തകരിൽ നിന്ന് എന്നെ വിളിച്ചു കാറിൽ കയറ്റി കൊണ്ടുപോയി അഭിമുഖം നൽകി, ഒപ്പം സമ്മാനമായി അദ്ദേഹത്തിന്റെ ഗബ്ബേ എന്ന സിനിമയുടെ ഇംഗ്ലീഷ് തിരക്കഥാ പുസ്തകവും നൽകിയതോടെ കേരളകൗമുദിയിലെ പത്രപ്രവർത്തകരും എന്നെ ശ്രദ്ധിക്കാൻ തുടങ്ങി. അന്ന് തിരുവനന്തപുരത്ത് അധികം വനിതകൾ മാധ്യമ രംഗത്തില്ല. ലീലാമേനോന്റെ നേതൃത്വത്തിൽ ഒരു കൂട്ടായ്മക്ക് ശ്രമം നടന്നെങ്കിലും സാങ്കേതിക തടസ്സങ്ങൾ കാരണം അതു മുന്നോട്ടു പോയില്ല.

ആയിടക്ക് കലാകൗമുദിയുടെ ബാനറിൽ പുതിയ മാസികകൾ തുടങ്ങിയപ്പോൾ പെൺകുട്ടികളെ നിയമിക്കാൻ തുടങ്ങി. ഞാനൊരു റിബൽ ആണ്, ഫെമിനിസ്റ്റ് ആണ് എന്നോട് മിണ്ടരുത് എന്ന് ചില സീനിയർ എഡിറ്റർമാർ പുതിയ കുട്ടികളോട് പറയാൻ തുടങ്ങിയപ്പോൾ മുതൽ അവിടെ അധികകാലം തുടരാൻ സാധിക്കില്ല എന്നു ഞാൻ മനസ്സിലാക്കി. എൻആർഎസ് സാറിനെ ഒതുക്കാൻ ചിലർ നടത്തിയ ശ്രമങ്ങൾ കൂടി ആയപ്പോൾ എഡിറ്റോറിയൽ ടീമിലെ ഏറ്റവും ജൂനിയർ ആയ ഞാൻ ആദ്യത്തെ രാജിക്കത്തു നൽകി. മണി സർ തുടരാൻ ആവശ്യപ്പെട്ടുവെങ്കിലും കലാകൗമുദിയുടെ പുതിയ എഡിറ്റർ, ആ വാരികയെ വെറുമൊരു വനിതാമാസികയുടെ നിലവാരത്തിലേക്ക് മാറ്റണം എന്ന കടുംപിടുത്തക്കാര

നാണ് എന്നു മനസ്സിലാക്കിയതോടെ അവിടെ നിന്നും 2004 ആഗസ്റ്റ് 15 നു പടി ഇറങ്ങി.

കേരളത്തിൽ നിന്നും പുറത്തുകടക്കണം എന്ന ചിന്ത ശക്തമാകാൻ തുടങ്ങിയതപ്പോഴാണ്. യു.എ.ഇയിൽ പ്രിന്റിംഗ് പ്രസ് നടത്തുന്ന ഒരു ബന്ധു പുതിയതായി തുടങ്ങുന്ന അഡ്വെർടൈസിങ് ഏജൻസിയിലേക്കു കോപ്പി റൈറ്റർ ആയി ഒരു ഓഫർ നൽകി. കേരളം എനിക്ക് പറ്റിയ ഭൂമിക അല്ലെന്ന് അപ്പോഴേ മനസ്സ് പറയാൻ തുടങ്ങിയിരുന്നു. ഇന്ത്യൻ എക്സ്പ്രസ്സിൽ ഒഴിവുണ്ടെന്ന് എന്റെ ജേർണലിസം അധ്യാപകൻ ആയിരുന്ന അന്നത്തെ ഹിന്ദു സ്പെഷ്യൽ കറസ്പോണ്ടന്റ് ഗൗരിദാസൻ പറഞ്ഞ ദിവസം തന്നെ യു.എ.ഇ യിൽ നിന്നു വിസ എത്തി. പ്രായം മുപ്പതു കഴിഞ്ഞതേ ഉള്ളൂ എന്നതും അവിവാഹിത ആയതും വിസ ലഭിക്കാൻ നന്നേ ബുദ്ധിമുട്ട് ഉണ്ടാക്കി എന്നറിഞ്ഞപ്പോൾ ഇന്ത്യൻ എക്സ്പ്രസ്സ് മോഹം ഉപേക്ഷിച്ച് യു.എ.ഇ തന്നെ ഉറപ്പിച്ചു. ഒപ്പം വസ്ത്രധാരണം മുതൽ പെരുമാറ്റത്തിൽ വരെ സ്ത്രീകളെ ശ്വാസംമുട്ടിക്കുന്ന കേരളത്തിലെ അന്തരീക്ഷത്തിൽ നിന്നു രക്ഷപ്പെടാൻ കിട്ടിയ അവസരമായി ഞാനതിനെ കണക്കാക്കി.

○○

രണ്ട്

ദുബായ് എന്ന സ്വപ്നനഗരിയിലേക്ക്

സെപ്റ്റംബർ 20ന് യു.എ.ഇ യിലേക്ക് പറന്നു. ആറാം വയസ്സിൽ മാതാപിതാക്കളോടൊപ്പം മലേഷ്യയിൽ നിന്നു മടങ്ങിയതിനു ശേഷമുള്ള ആദ്യത്തെ വിമാന യാത്ര. അവിടെയും കാത്തിരുന്നത് വൈതരണികൾ. വാഗ്ദാനം ചെയ്തതു പോലെ അഡ്വർടൈസിങ് കമ്പനി തുടങ്ങാൻ ബന്ധുവിന് ബിസിനസ് പാർട്ണർമാരുടെ എതിർപ്പു കാരണം സാധിച്ചില്ല. പകരം അവരുടെ മറ്റൊരു സ്ഥാപനത്തിൽ ജോലി ശരിപ്പെടുത്തി. ബന്ധുവിന് ഞാൻ റിസെപ്ഷ്നിൽ ഇരുന്നാൽ മതി, നല്ല വിദ്യാഭ്യാസമുള്ള എന്നെ പാർട്ണർമാർക്ക് എച്ച് ആറിൽ ഇരുത്തണമെന്നു നിർബന്ധം. ഒടുവിൽ ബന്ധുവിന്റെ ശാഠ്യം വിജയിച്ചു. എന്നാൽ ഫോണിലൂടെ പരിചയപ്പെട്ട ചില കലാകൗമുദി ആരാധകർ അവിടത്തെ മാധ്യമരംഗത്തെ കുറിച്ചുള്ള ഒഴിവുകളും മറ്റു വിവരങ്ങളും നൽകിത്തുടങ്ങി. എന്റെ വിസ സ്റ്റാമ്പ് ചെയ്യും മുൻപ് ബന്ധുവിന്റെ പാർട്ണർഷിപ് പൊളിഞ്ഞു, എന്നെ അവരുടെ മറ്റൊരു സ്ഥാപനത്തിലേക്ക് മാറ്റി.

പതിയെ കോപ്പി റൈറ്റിംഗ് അവസരങ്ങൾ വന്നുതുടങ്ങി. ദുബായ് ഫിലിം ഫെസ്റ്റിവൽ ആരംഭിക്കുന്നു എന്ന വാർത്ത വന്നു. കലാകൗമുദി ലേഖനങ്ങൾ വെച്ചുകൊണ്ട് അപേക്ഷിച്ചു. ഓഫീസിലെ മാനേജർക്ക് കിട്ടാത്ത മീഡിയപാസ് എനിക്കു ലഭിച്ചതോടെ അയാളുടെ മട്ടും ഭാവവും മാറി. ഒരു വിസയിൽ നിന്നു കൊണ്ട് ഞാൻ നിയമ വിരുദ്ധമായി മറ്റൊരു വിസയിൽ ജോലി ചെയ്യാൻ പോകുന്നു എന്നുവരെ പറഞ്ഞു ബന്ധുവിനെ തെറ്റിദ്ധരിപ്പിക്കാൻ നോക്കി.

എനിക്ക് ഓഫർ നൽകിയ ജോലി അല്ല സ്ഥാപനം നൽകിയിരിക്കുന്നത്, അതാണ് നിയമവിരുദ്ധം എന്നു പറഞ്ഞതോടെ എന്നെ വിരട്ടി നിർത്താൻ സാധിക്കില്ല എന്നവർക്കു മനസിലായി. ഒപ്പം,

ബന്ധു ഒരു ഞെട്ടിക്കുന്ന സത്യം കൂടി പറഞ്ഞു. ഒരിക്കൽ എല്ലാവരെയും സഹായിക്കുന്ന എന്റെ അച്ഛൻ അയാളെ സഹായിച്ചില്ല. അതുകൊണ്ട് മനഃപൂർവമാണ് എനിക്ക് ഒരു ജോലി ഓഫർ ചെയ്തതത്രേ.

മലേഷ്യയിൽ നിന്നും നാട്ടിലെത്തിയ അച്ഛൻ ഒരു ഹൃദയാഘാതം സംഭവിച്ച് ആശുപത്രിയിൽ ചികിത്സയിലായിരുന്ന സമയത്താണ് ഇദ്ദേഹം സഹായം അഭ്യർത്ഥിച്ച് എത്തുന്നത്. ആ തിരക്കിൽ ഇദ്ദേഹത്തിന്റെ കാര്യം വിട്ടുപോയത് അമ്മ പറഞ്ഞ് എനിക്കറിയാമായിരുന്നു. അതോടെ, മാധ്യമരംഗം ആണല്ലോ തന്റെ മേഖല, പുതിയ ജോലി അന്വേഷിച്ചു കണ്ടെത്താനുള്ള അനുമതിയും നൽകി.

൦൦

മൂന്ന്

അറേബ്യ, എമിറേറ്റ്സ് ഈവനിംഗ് പോസ്റ്റ് കാലഘട്ടം

2004 സെപ്റ്റംബറിൽ ആദ്യത്തെ തൊഴിൽ വിസയിലെത്തിയ എനിക്ക് ഡിസംബർ അവസാന ആഴ്ച പുതിയ ജോലി തരമായി. ഇന്നത്തെപ്പോലെ വിസ കാലാവധി തീരും മുൻപേ അന്നു മറ്റൊരു ജോലിയിൽ പ്രവേശിക്കുന്നത് എളുപ്പമല്ല. അക്കാലത്തു കടുത്ത സ്പോൺസർഷിപ് നിയമങ്ങളാണ് യുഎഇ യിൽ. തിരുവനന്തപുരം സ്വദേശി നടത്തുന്ന മലയാളം സായാഹ്നപത്രത്തിലേക്കു വിളിച്ചു. അടുത്ത ദിവസം തന്നെ ഇന്റർവ്യൂവും നടന്നു. കലാകൗമുദി പശ്ചാത്തലം അവിടെയും ഗുണം ചെയ്തു. അങ്ങനെ യുഎഇയിലെ മാധ്യമപ്രവർത്തനം ആ ആഴ്ച്ച സായാഹ്നപത്രത്തിൽ ആരംഭിച്ചു. ഷാർജയിലെ ഓഫീസിലേക്ക് അബുദാബിയിൽ നിന്നുവരെ ആളുകൾ കലാകൗമുദിയിലെ മുൻ സ്റ്റാഫിനെ കാണാൻ താല്പര്യം പ്രകടിപ്പിച്ചെത്തി. അവിടെയും ഏക വനിതാ എഡിറ്റോറിയൽ അംഗം. പക്ഷേ, കലാകൗമുദിയിലെ പോലെ ജൂനിയർ പദവി അല്ലാത്തതു കൊണ്ട് എഴുതാൻ ധാരാളം അവസരങ്ങൾ. മലയാളത്തിൽ നന്നായി എഴുതിയത് ആ കാലഘട്ടത്തിലാണെന്നു പറയാം.

അവിടത്തെ പരിമിത മാധ്യമസ്വാതന്ത്ര്യത്തിനിടയിലും കേരളത്തിൽ ചെയ്ത അന്വേഷണാത്മക പത്രപ്രവർത്തനത്തിന്റെ തുടർച്ചയെന്നോണം വാർത്തകൾ ചെയ്യാൻ സാധിച്ചു. പുരോഗമനവാദിയായ ചീഫ് എഡിറ്റർ അതിനുള്ള പ്രോത്സാഹനവും നൽകി, എഡിറ്റോറിയലിലെ ഇന്ദിരഗാന്ധി ആയും എന്നെ വിശേഷിപ്പിക്കാൻ തുടങ്ങി. സാഹിത്യ രാഷ്ട്രീയരംഗത്തെ മലയാളികൾക്കിടയിൽ ഞാൻ അറിയപ്പെട്ടു തുടങ്ങി എന്നു പലരുടെയും ഇടപെടലുകളിൽ നിന്നു മനസ്സിലായി. സാവകാശം പത്രം ദിനപത്രമാക്കി.

അതോടെ ശനിദശ അവിടെയും തുടങ്ങി. ദിനപത്രത്തിന്റെ പൈലറ്റ് എഡിഷൻ കാണാൻ പത്രത്തിന്റെ സ്പോൺസറും ഉടമയുമായ അറബ് അറബാബ് എത്തി. എഡിറ്റോറിയലിലെ ഏക സ്ത്രീ എന്ന നിലയ്ക്കോ ഇംഗ്ലീഷ് നന്നായി കൈകാര്യം ചെയ്യുന്നതു കൊണ്ടോ അദ്ദേഹമെന്നോട് വളരെ സൗഹാർദ്ദത്തോടെ വിവരങ്ങൾ തിരക്കി. എനിക്ക് അദ്ദേഹത്തെ മുൻപരിചയമുണ്ടെന്ന് വരെയെത്തി കാര്യങ്ങൾ.

അതോടെ എഡിറ്റർക്ക് അരക്ഷിതാവസ്ഥ തുടങ്ങി. മുസ്ലീം ചീഫ് എഡിറ്റർ, ഏക മുസ്ലീമായ സ്ത്രീയെ എഡിറ്റർ ആക്കുമെന്നുള്ള ഭയം! എന്നാൽ ജാതിമത ചിന്തകൾ തൊട്ടു തീണ്ടാത്ത എന്നെ പോലെ തന്നെയായിരുന്നു ചീഫ് എഡിറ്ററും. പക്ഷേ, എഡിറ്ററിന്റെ ചുമതല വഹിച്ചിരുന്ന കൊല്ലം സ്വദേശിയുടെ ബന്ധുവായ പ്രൂഫ് റീഡർ ചീഫ് എഡിറ്ററുടെ ഭാര്യയുമായി ചങ്ങാത്തത്തിലായിരുന്നു.

അവരുടെ സ്വാധീനതയിലാണോ അതോ മറ്റുള്ളവരുടെ ഏഷണിയുടെ ഫലമായിട്ടോ, മൂന്നുദിവസം പനിപിടിച്ചു കിടപ്പിലായ എനിക്ക് ലീവ് പറഞ്ഞിട്ടും തിരികെ ഓഫീസിൽ എത്തിയപ്പോൾ കിട്ടിയത് നിയമ വിരുദ്ധമായി ലീവ് എടുത്തത് കൊണ്ട് പിരിച്ചുവിടുന്നു എന്നുള്ള ടെർമിനേഷൻ ലെറ്റർ! അതിലേക്കു നയിച്ചതോ ഈഗോ ക്ലാഷുകളും. ടെർമിനേഷൻ ലറ്റർ പ്രതീക്ഷിച്ചു തന്നെ ആയിരുന്നു അന്നു രാവിലെ ഞാൻ വീട്ടിൽ നിന്ന് പുറപ്പെട്ടത്.

കാരണം കാര്യങ്ങൾ കലങ്ങിമറിയുന്നതും, അടിയൊഴുക്കുകൾ ശക്തമാകുന്നതും ഞാനറിയുന്നുണ്ടായിരുന്നു. അതുകൊണ്ടുതന്നെ സ്ഥാപനത്തിന്റെ മുതലാളിയായ അറബിയെ കാര്യം അറിയിക്കാൻ ശ്രമിച്ചു. മലയാളം പത്രം കൂടാതെ ഇംഗ്ലീഷിലും ഉറുദുവിലും ആ പത്രം ഇറങ്ങുന്നുണ്ടായിരുന്നു. എന്റെ റിപ്പോർട്ടുകൾ ഇംഗ്ലീഷ് പത്രത്തിലെ ന്യൂസ് എഡിറ്റർ കെ എസ് ആർ മേനോൻ പലപ്പോഴും ചോദിച്ചു വാങ്ങാറുണ്ടായിരുന്നു. അങ്ങനെ ഇംഗ്ലീഷിലും എഴുതാൻ അറിയുന്ന ആളെന്നു കണ്ട് ഇംഗ്ലീഷ് പത്രത്തിലേക്ക് കൂടി എഴുതാൻ ധാരണയാകുകയും ഒപ്പം ഒരു കോളവും നൽകിയിരുന്നു. പ്രവാസ നാട്ടിൽ മലയാളി എന്നാൽ പാര എന്നു മനസിലാക്കിത്തുടങ്ങിയ കാലമായിരുന്നു അത്.

മലയാളം പത്രത്തിന്റെ എഡിറ്റർക്ക് ഇംഗ്ലീഷ് ബൈലൈൻ കാണണം. അതിനെന്റെ സഹായം തേടിയിരുന്നു. ഞാൻ ട്രാൻസ്ലേറ്റ് ചെയ്തു കൊടുക്കുന്നതാണോ എന്ന് ഒരിക്കൽ ന്യൂസ്

എഡിറ്റർ ചോദിച്ചതോടെ, ഇനി അതു പറ്റില്ല എന്നു പറഞ്ഞതാണ് ഞങ്ങൾക്കിടയിലെ സൗഹൃദം നഷ്ടമാകാൻ തുടങ്ങിയ സംഭവം.

അവരിൽ ഒരു വിദ്വേഷം വളർന്നുതുടങ്ങി. അതോടെ ജോലിഭാരം കൂട്ടി ഡെഡ്‌ലൈനുകൾ തെറ്റിക്കാനുള്ള ബോധപൂർവമായ ശ്രമം തുടങ്ങി. അവിടെയും പരാജയപ്പെടാൻ തുടങ്ങുന്നു എന്നു കണ്ടപ്പോൾ എന്നും നൽകാറുള്ള കാർ ലിഫ്റ്റ് നിർത്തി. അക്കാലത്തു യുഎഇയിൽ വാഹനഗതാഗത സൗകര്യം എന്നത് പരിതാപകരമായ അവസ്ഥയിലായിരുന്നു. ഏഴു മണിക്ക് എത്തേണ്ട ഞാൻ പലപ്പോഴും എത്തുന്നത് എട്ടു മണിക്കായി. പക്ഷേ, 12 മണി എന്ന ഡെഡ്‌ലൈൻ ഒരിക്കൽ പോലും പാലിക്കാതെയും ഇരുന്നില്ല. ഒരിക്കൽ മറ്റുള്ളവർ പേജുകൾ വൈകിച്ചപ്പോൾ ചിലർ വരുന്നത് എട്ടു മണിക്കെന്ന് എഡിറ്റർ, ചീഫ് എഡിറ്ററിനോട് പരസ്യമായി പരാതി പറഞ്ഞു. അദ്ദേഹം അതു കേട്ടതായി പോലും നടിച്ചില്ല. ജാതിയും മതവും തലയ്ക്കു പിടിച്ച ഒരു വിഭാഗം എന്നെ എങ്ങനെയും പുറത്താക്കണം എന്ന് കച്ചകെട്ടി ഇരിക്കുമ്പോഴാണ് എനിക്കൊരു പനി വരുന്നതും ഓഫീസിൽ നിന്ന് മൂന്നുദിവസം വിട്ടു നിൽക്കേണ്ടി വരുന്നതും. എനിക്കെതിരെ കരുക്കൾ മുറുക്കാൻ വെറും മൂന്നു ദിവസം മതിയായിരുന്നു അവർക്ക്. മടങ്ങിച്ചെല്ലുമ്പോൾ ടെർമിനേഷൻ ലെറ്റർ ആയിരിക്കും കാത്തിരിക്കുക എന്ന് അനുജത്തിയോടു പറയുകയും ചെയ്തിരുന്നു. അങ്ങനെ സംഭവിച്ചാൽ എന്തു ചെയ്യണമെന്നും മനസ്സിൽ തീരുമാനിച്ചുറപ്പിച്ചാണ് അന്ന് ഓഫീസിലേക്ക് പോയതും.

ഓഫീസിൽ എത്തി കമ്പ്യൂട്ടർ ഓൺ ചെയ്യാൻ തുടങ്ങും മുൻപ് എഡിറ്റർ സന്തോഷത്തോടെ വിളിച്ചു. ചീഫ് എഡിറ്റർ ഒരു കത്ത് തന്നിരിക്കുന്നു, അത് തരാനാണ് വിളിച്ചതെന്നു പറഞ്ഞു. ടെർമിനേഷൻ ലെറ്റർ ആണോ എന്ന് ഞാൻ അങ്ങോട്ട് ചോദിച്ചതും ചിരിയൊക്കെ പോയി. എന്നിട്ട് ഒരു മറുപടിയും, 'എനിക്കിതിൽ പങ്കില്ല.' ഞാൻ പറഞ്ഞു, എനിക്കും ഒരു കത്ത് തരാനുണ്ട് എന്ന്. അത് തന്നോളൂ എന്ന് അയാൾ. കമ്പ്യൂട്ടർ ഉപയോഗിക്കണമെന്നു ഞാനും. അതിന് അനുവാദം തരുമ്പോൾ അയാൾ അറിഞ്ഞില്ല ഒരു കത്ത് അയാൾക്കും കൂടി ഉള്ളതാണെന്ന്. ചീഫ് എഡിറ്ററുടെ സെക്രട്ടറി എത്തുന്ന സമയം വരയെ കമ്പ്യൂട്ടർ ഉപയോഗിക്കാൻ കിട്ടുകയുള്ളൂ എന്നും എനിക്ക് നല്ല ബോധ്യമുണ്ടായിരുന്നു. മൂന്നു പരാതി കത്തുകൾ അവിടിരുന്നു തയ്യാറാക്കി. സ്ഥാപനത്തിന്റെ മുതലാളിയായ അറബിക്ക്, ചീഫ് എഡിറ്റർക്ക്, മറ്റൊന്ന് എഡിറ്റർ

ക്കും. അതിനിടയിൽ ചീഫ് എഡിറ്ററുടെ ഫോൺ കോൾ വന്നു, എത്രയും പെട്ടെന്ന് എന്നെ ഓഫീസിൽ നിന്ന് പറഞ്ഞു വിടണം. മേലധികാരിയുടെ അനുവാദം കൂടാതെ നീണ്ട അവധി എടുത്ത തിനാണ് ടെർമിനേഷൻ എന്ന് കത്തിൽ എഴുതിയിരുന്നത് കണ്ട് അറ്റെൻഡൻസ് രജിസ്റ്ററിൽ നിന്ന് അത് തെറ്റാണ് എന്ന് സ്ഥാപി ക്കാനുള്ള തെളിവും അതിനിടയിൽ ഫോട്ടോകോപ്പി മെഷിനിൽ നിന്ന് ഞാൻ എടുത്തിരുന്നു. കോപ്പി കയ്യിൽ എടുത്ത് അറ്റെൻഡൻ സ് രജിസ്റ്റർ തിരികെ യഥാസ്ഥാനത്തു വയ്ക്കുമ്പോൾ സെക്രട്ടറി എത്തി.

ആ പെൺകുട്ടി അവളുടെ ജോലി പോകുന്ന സംഗതിയാണെ ന്നു പറഞ്ഞു. ഒന്നും കണ്ടിട്ടില്ല എന്നു പറഞ്ഞാൽ മതി എന്നു പറഞ്ഞ്, അവളോട് ചീഫ് എഡിറ്റർക്ക് എന്റെ കത്ത് കൊടുക്കാനും ഒരു കൂടിക്കാഴ്ചക്ക് സമയം ഉറപ്പിക്കാനും പറഞ്ഞു. എഡിറ്റർക്കു ള്ള കത്തും കൊടുത്തു, അനുജത്തിയെ വിവരം അറിയിച്ചു. അവ ളുടെ ഓഫീസിനടുത്തുള്ള പത്രത്തിന്റെ മെയിൻ ഓഫീസിൽ എന്നെ കൂടി ഡ്രോപ്പ് ചെയ്യാൻ പറഞ്ഞു. ഒപ്പം എന്റെ കട്ടിലിൽ വെച്ചിരുന്ന ചില ഡോക്യൂമെന്റുകൾ കൂടി എടുത്തുകൊണ്ടു വരാൻ പറഞ്ഞു. പിന്നെ ആ ഓഫീസിലെ പടി ഇറങ്ങി. സങ്കടം തോന്നി യതേയില്ല. പക്ഷേ, അന്നുവരെ ചിരിച്ചും കളിച്ചും ഇരുന്നവർ ഒറ്റ ദിവസം കൊണ്ട് അന്യരാകുന്നതും തല ഉയർത്താതെ കമ്പ്യൂട്ട റിൽ അഭയം തേടി ഇരിക്കുന്നതും കണ്ടപ്പോൾ യു.എ.ഇ എന്ന രാജ്യത്തെ തൊഴിൽസംസ്കാരം എന്തെന്ന് അറിഞ്ഞു തുടങ്ങുക യായിരുന്നു ഞാനും.

പനി പിടിച്ച് അനങ്ങാൻ വയ്യാതെ കിടന്ന എന്നെ ആശുപത്രി യിൽ കൊണ്ടു പോയ പ്രൂഫ് റീഡർ ലേഡി, അവരും ഭർത്താവും കൂടി ആണ് എന്നെ ആശുപത്രിയിൽ കൊണ്ടു പോയത് എന്ന കാര്യം മനഃപൂർവം മറച്ചുവെച്ചു. ദൈവഭയവും ഭക്തിയും കൂടിയ മനുഷ്യരാണ് ഇവരൊക്കെയും എന്നത് അതിശയമായിരുന്നു. എങ്ങനെ മനുഷ്യർക്ക് ഇത്ര അധമമായി ഒരു സഹജീവിയോട് പെരുമാറാൻ കഴിയുന്നു എന്നൊക്കെ ചിന്തിച്ച എന്നോട് അനുജ ത്തി പറഞ്ഞു, ഇത് കോർപറേറ്റ് ലോകം, അവിടെ നന്മ പ്രതീക്ഷി ക്കുന്നത് എന്തിന്? ജോലി ചെയ്യുക, പണം വാങ്ങുക, പോവുക. ഇല്ലെങ്കിൽ എവിടെയും പിടിച്ചുനിൽക്കാൻ സാധിക്കില്ല. ഈഗോ ക്ലാഷെസ് ആണ് എന്ന് മനസ്സിലാക്കിക്കൊണ്ടുതന്നെ എഡിറ്റോറി യലിലെ ഭൂരിപക്ഷം വരുന്ന പുരുഷന്മാരെ തൃപ്തിപ്പെടുത്താൻ

പത്രമുടമ എന്നെ പുറത്താകുമ്പോൾ ദൈവവിശ്വാസി അല്ലാതിരുന്ന ഞാൻ ഒരു വാചകം മനസ്സുരുകി അവരോടു പറഞ്ഞു. Somebody is watching everything from above. അന്നതു കേട്ടു കറങ്ങുന്ന കസേരയിൽ ഇരുന്നു ചീഫ് എഡിറ്ററും ഭാര്യയും കൂടി എന്നെ കളിയാക്കി ചിരിച്ചു. ആ പത്രത്തിന് ഗുണനിലവാരം ഉണ്ടാക്കാൻ അത്രമേൽ രാപ്പകൽ ഞാൻ അധ്വാനിച്ചിരുന്നു. അതവർക്കു നന്നായി അറിയാമായിരുന്നിട്ടു കൂടി പത്രം പുരോഗമിച്ചു മുഖ്യധാരാ പത്രങ്ങളേക്കാൾ വായനക്കാരെ കിട്ടിത്തുടങ്ങിയപ്പോൾ ഒരാൾ പോയാലും ഒരു ചുക്കും സംഭവിക്കാൻ പോകുന്നില്ല എന്നവർക്കു തോന്നിക്കാണണം.

തൊഴിൽ മന്ത്രാലയത്തിൽ പരാതി കൊടുക്കാൻ തുനിഞ്ഞ എന്നോടു മലയാളം പത്രമേഖല വിടാൻ കിട്ടിയ അവസരമായി ഇതിനെ കണ്ട്, ഇംഗ്ലീഷ് പത്രങ്ങളിൽ ശ്രമിക്കൂ എന്ന് കെ എസ് ആർ മേനോൻ നൽകിയ ഉപദേശം ഒരു വഴിത്തിരിവായി.

അപ്പോഴേക്കും യു.എ.ഇ വിടണം എന്ന ചിന്ത ശക്തമായി തുടങ്ങി. പക്ഷേ, അനുജത്തിയെ തനിച്ചാക്കാൻ മനസ്സ് വരാത്തതു കൊണ്ട് ഒരിടവേളക്ക് ശേഷം വീണ്ടും യുഎഇ യിലേക്ക് അനുജത്തി എടുത്തുതന്ന വിസിറ്റ് വിസയിൽ മടങ്ങിച്ചെന്നു ജോലി അന്വേഷണം തുടങ്ങി.

ഠഠ

നാല്

മുഖ്യധാരാ ഇംഗ്ലീഷ് മാധ്യമരംഗത്തേക്കുള്ള ആദ്യത്തെ ചുവടുവയ്പ്പ്

ഷാർജയിലെ ഗൾഫ് ടുഡേ പത്രത്തിൽ അക്കാലത്തെ എഡിറ്റർ ഒരു മലയാളി ആയിരുന്നു. മുൻപരിചയം വെച്ചുകൊണ്ട് ജോലി സാധ്യത അന്വേഷിച്ചപ്പോൾ നിരാശ ആയിരുന്നു ഫലം. പകരം ചില ഫ്രീലാൻസ് വർക്കുകൾ നൽകി. ഒടുവിൽ അതിന്റെ പെയ്മെന്റ് പകുതിയാക്കി കുറക്കാൻ വേണ്ടി, ഞാൻ എഴുതിക്കൊടുത്തത് ഇന്റർനെറ്റിൽ നിന്ന് കോപ്പി പേസ്റ്റ് ചെയ്തതാണെന്ന് പറഞ്ഞപമാനിച്ചു. പകുതി കാശും വേണ്ടെന്നു പറഞ്ഞു ഫ്രീലാൻസിങ് നിർത്തി. എന്റെ സി. വി ഗൾഫ് ടുഡേ ഓഫീസിൽ എത്തി കാണില്ല. ആ എഡിറ്റർ കൊടുത്തു കാണില്ല എന്നുറപ്പാവുകയും ചെയ്തു. അടുത്തതായി ചെയ്തത് ഗൾഫ് ടുഡേ പത്രം വാങ്ങി ലോക്കൽ നമ്പറിലേക്കു വിളിച്ചു ജോലി സാധ്യത ഉണ്ടോ എന്ന് ചോദിക്കുകയായിരുന്നു. ഉടൻ തന്നെ ഓഫീസിൽ എത്താൻ പറഞ്ഞു. ഒരു ചെറിയ ടെസ്റ്റ് നൽകി. മടങ്ങി വീട്ടിൽ എത്തുമ്പോൾ തന്നെ വിളിയും വന്നു, പിറ്റേന്ന് ജോയിൻ ചെയ്യാമോ?! അക്കാലത്തു വിസിറ്റ് വിസയിൽ ജോലി ചെയ്യാൻ പാടില്ല എന്നാണു നിയമം. അങ്ങനെ ജോലിക്കു ആളെ വയ്ക്കുന്ന സ്ഥാപനങ്ങൾ നടപടികൾ നേരിടും. പക്ഷേ, ഷാർജ ഭരണാധികാരിയുടെ പത്രമാനേജ്മെന്റ് എന്തിനു പേടിക്കണം. അവർ എന്നോട് ജോലിയിൽ പ്രവേശിക്കാൻ പറഞ്ഞു. അതിൽ ചിലർക്ക് മുറുമുറുക്കലുകൾ ഉണ്ടായിരുന്നു. പത്രപ്രവർത്തനം പഠിച്ചവരും പ്രവൃത്തിപരിചയം ഉള്ളവരും നാമമാത്രമായ ആ പത്രത്തിൽ ഏതായാലും എനിക്കൊരു ഇടം കിട്ടി.

ഇന്ത്യയിൽ പോകാതെ കിഷിലേക്കു പോയി ഒറ്റ ദിവസം കൊണ്ട് വിസിറ്റ് വിസയിൽ നിന്ന് തൊഴിൽ വിസയിലേക്കു മാറുകയും

ചെയ്തു. മുഖ്യധാരാ ഇംഗ്ലീഷ് പത്രപ്രവർത്തനമേഖലയിലേക്കുള്ള ചുവടുവയ്പ്പായിരുന്നു അത്. ഒപ്പം എഴുതാനുള്ള ഒരു തട്ടകവും ലഭിച്ചു. പൊളിറ്റക്കൽ അനാലിസിസ്, അഭിമുഖങ്ങൾ, ഫീച്ചറുകൾ, സിനിമാനിരൂപണങ്ങൾ തുടങ്ങി ധാരാളം എഴുതാൻ ഡെസ്ക് ജോലിക്കിടയിലും അവിടെ സാധിച്ചു. ഒപ്പം വായിക്കാൻ ധാരാളം ഇംഗ്ലീഷ് പുസ്തകങ്ങളും കിട്ടിയിരുന്നു. മലയാളം പത്രത്തിൽ ജോലി ചെയ്തിരുന്നപ്പോൾ പരിചയപ്പെട്ട ഒരു വ്യക്തി ഷാർജ യൂണിവേഴ്സിറ്റിയിലെ ലൈബ്രേറിയൻ ആയിരുന്നു. ഞാൻ എഴുതുന്നതൊക്കെ മുടങ്ങാതെ വായിക്കുമായിരുന്ന അദ്ദേഹം പുതിയ പുസ്തകങ്ങൾ എത്തുന്ന മുറക്ക് എനിക്ക് വായിക്കാൻ കൊണ്ടുത്തരുമായിരുന്നു. അന്താരാഷ്ട്ര വാർത്തകൾ കൈകാര്യം ചെയ്യാൻ തുടങ്ങിയപ്പോഴാണ് മിഡിൽ ഈസ്റ്റ് രാഷ്ട്രീയത്തിലും താല്പര്യമായത്. ജോലിഭാരം കുറഞ്ഞ ആ സ്ഥാപനം ഒരു പഠന കളരിയായിരുന്നുവെന്നു തിരിഞ്ഞു നോക്കുമ്പോൾ തോന്നുന്നു. വഴിതെറ്റി പത്രപ്രവർത്തനത്തിൽ എത്തിയതാണ് എന്ന് ആദ്യമായി തോന്നിയതും അവിടെ വച്ചാണ്. പക്ഷേ, അതിനോടുള്ള ഇഷ്ടം അത്രമേൽ ആയിരുന്നത് കൊണ്ട് പത്രപ്രവർത്തനം മാത്രമേ ചെയ്യൂ എന്നും തീരുമാനിച്ചു.

ഡെസ്കിലെ ജോലി കിട്ടി എന്നറിഞ്ഞപ്പോൾ അമ്മയ്ക്കും സഹോദരിമാർക്കും ആശ്വാസം. അന്യനാട്ടിൽ വെറുതെ റിപ്പോർട്ടിങ് ചെയ്തു പ്രശ്നങ്ങളിൽ ചെന്നു ചാടില്ലല്ലോ എന്നവർ ആശ്വസിച്ചു. മലയാളം പത്രത്തിലേക്ക് ഒന്നുരണ്ടു വാർത്തകൾ വളരെ സാഹസികമായി ചെയ്തതായിരുന്നു അവരുടെ ഭയത്തിന്റെ കാരണം. ഞാൻ ജോയിൻ ചെയ്തപ്പോൾ മലയാളി എഡിറ്റർ ഒരു ക്ഷമാപണം നടത്തി. ഞാനല്ല നിയമനങ്ങൾ തീരുമാനിക്കുന്നത് എന്ന് മനസിലായല്ലോ, സോറി എന്നായി അദ്ദേഹം. ഞാൻ മറുപടിയൊന്നും പറഞ്ഞില്ല. വൈകാതെ ഡെസ്ക് ജോലിക്കൊപ്പം എഴുതാനും ആരംഭിച്ചു. എന്നിലെ പത്രപ്രവർത്തകയെ തിരിച്ചറിഞ്ഞ സീനിയർ എഡിറ്റർമാർ എഴുതാൻ പ്രോത്സാഹനം നൽകി. ഇംഗ്ലീഷ് പത്രപ്രവർത്തന മേഖലയിൽ വളരെ മുന്നേ എത്തപ്പെടേണ്ടത് ആയിരുന്നു എന്ന് അപ്പോൾ തോന്നി. ആ പത്രത്തിലെ ഒട്ടുമിക്ക സ്റ്റാഫും ഓഫീസ് ജോലിക്കു പുറമെ ഫ്രീലാൻസിങ് ചെയ്യുമായിരുന്നു. സ്ഥാപനത്തിനും അതിൽ പ്രശ്നമൊന്നും ഇല്ലായിരുന്നു. എന്നാൽ ഒരു സ്ഥാപനത്തിൽ ജോലി ചെയ്യുമ്പോൾ വേറൊന്നും ഏറ്റെടുക്കരുത് എന്നുള്ള എന്റെ തീരുമാനത്തിൽ ഉറച്ചു

നിന്നു. ഒരു വർഷം പൂർത്തിയാക്കിയപ്പോൾ തന്നെ സബ് എഡിറ്ററിൽ നിന്ന് സീനിയർ സബ് എഡിറ്ററായി, ശമ്പളവും കൂട്ടിക്കിട്ടി. അവധിയിൽ ആയിരുന്ന എന്നെ പ്രൊമോഷൻ വാർത്ത ആരും അറിയിച്ചില്ല. അടുത്ത വാർഷികാവധിക്കു അപേക്ഷ നൽകുമ്പോഴാണ് സ്ഥാനമാറ്റം അറിയുന്നത്.

പ്രശ്നങ്ങളില്ലാതെ നീണ്ട നാലു വർഷം കടന്നുപോയി.

കംഫേർട് സോണിൽ ചടഞ്ഞു കൂടരുതെന്ന് ഒരു മലയാളി മാഗസിൻ എഡിറ്റർ നിരന്തരം എന്നെ ഓർമ്മപ്പെടുത്തിക്കൊണ്ടിരുന്നു. കൂടാതെ ഗൾഫ് ന്യൂസ്, ഖലീജ് ടൈംസിലൊക്കെ അപേക്ഷിക്കാനും പ്രേരിപ്പിച്ചു കൊണ്ടിരുന്നു. എനിക്കും ഒരു മാറ്റം വേണമെന്ന് തോന്നിത്തുടങ്ങിയിരുന്നു. ഒരു സ്ഥാപനത്തിൽ അഞ്ചു വർഷത്തിൽ കൂടുതൽ തുടരരുത് എന്നൊരു തീരുമാനം മാധ്യമപ്രവർത്തനം തുടങ്ങുമ്പോൾ തന്നെ തീരുമാനിച്ചിരുന്ന കാര്യമാണ്. അതിനിടയിലാണ് ആ സംഭവം നടക്കുന്നത്. ഞാൻ ഓഫീസിലിരുന്നു പുസ്തകം വായിക്കുന്നു എന്ന് ഒരു പാകിസ്ഥാനി സഹപ്രവർത്തകൻ എക്സിക്യൂട്ടീവ് എഡിറ്റർക്ക് പരാതി കൊടുത്തു. ഞാൻ രണ്ടു പേജ് മിഡിൽ ഈസ്റ്റ് അല്ലെങ്കിൽ ഇന്ത്യാവാർത്തകൾ ചെയ്തു തീർത്താലും ഒരു പാകിസ്ഥാൻ പേജ് ചെയ്തു തീർക്കാൻ ആ സബ് എഡിറ്ററിന് ഡെഡ് ലൈൻ കഴിഞ്ഞും സമയം വേണം. എന്റെ ജോലിയിലുള്ള സ്പീഡിൽ കുശുമ്പ് കാട്ടി പരാതി പറഞ്ഞതാണ് കക്ഷി. അന്നു ഞാൻ നിരന്തരം ഒപ്പീനിയൻ ആർട്ടിക്കിളുകളും എഴുതുന്നുണ്ട്. അതും അസൂയയുടെ കാഠിന്യം കൂട്ടി. ഏതായാലും പശ്ചിമബംഗാൾ സ്വദേശിയും ഇന്ത്യ- പാകിസ്ഥാൻ വിഭജനത്തിന്റെ ഇരയും കൂടിയായിരുന്ന എക്സിക്യൂട്ടീവ് എഡിറ്റർ തന്റെ പ്രിയപ്പെട്ട പാകിസ്ഥാനി പറഞ്ഞതു കേട്ട്, രാത്രി ജോലി കഴിഞ്ഞു പോകുന്ന എന്നെ ഓഫീസിലേക്ക് വിളിപ്പിച്ചു. എന്നിട്ട് എന്തിനാണ് ഓഫീസ് സമയത്ത് പുസ്തകം വായിക്കുന്നത് എന്നു ചോദിച്ചു. പേജുകൾ കഴിയുമ്പോൾ മാത്രമാണ് വായിക്കുന്നത് എന്നു ഞാൻ പറഞ്ഞപ്പോൾ, തനിക്കു ജോലി തരാത്തത് കൊണ്ടാണ് താൻ പുസ്തകം വായിക്കുന്നതെന്നു മറ്റുള്ളവർ കരുതുമെന്നായി അദ്ദേഹം. എത്രയോ പേർ ഓഫീസിലിരുന്ന് ഫോൺ കാണുന്നു, കുട്ടികളുടെ ഹോം വർക്ക് ചെയ്യിക്കുന്നു, അതൊന്നും കാണാത്തതെന്തുകൊണ്ടാണ് എന്ന് ഞാൻ ചോദിച്ചത് കക്ഷിയെ കോപിഷ്ഠനാക്കി. ഇനി മേലാൽ ഓഫീസിൽ ഇരുന്നു പുസ്തകം വായിക്കരുത് എന്ന് പറഞ്ഞു. ഞാൻ അക്ഷരാർത്ഥത്തിൽ ഞെട്ടി. പത്ര

മോഫീസിൽ പുസ്തകം വായിക്കരുതെന്നോ! ഞങ്ങൾ വാക്കു തർക്കത്തിലായി. ഒടുവിൽ അന്ന് വരെ എന്നോടു സ്നേഹത്തോടെ മാത്രം പെരുമാറിയിരുന്ന എഡിറ്റർ എല്ലാവരും കേൾക്കെ ഉച്ചത്തിൽ ഗെറ്റ് ഔട്ട് പറഞ്ഞു. സങ്കടം സഹിക്കാനാകാതെ സ്റ്റെയർ കെയ്സിൽ പോയിരുന്ന എന്നെക്കണ്ട അറബ് വംശജയായ അഡ്മിൻ സ്റ്റാഫ് കാര്യം തിരക്കി. സ്ത്രീകളെ അപമാനിക്കുക അറബ് സ്ത്രീകൾക്കു സഹിക്കാവുന്ന കാര്യമല്ല. കലാകൗമുദിയിൽ വെച്ച് ഒരിക്കൽ എൻ ആർ എസ് സർ ഒരു നിസ്സാര കാര്യത്തിനു ഗെറ്റ് ഔട്ട് പറഞ്ഞപ്പോൾ കൂളായി അവിടെ നിന്നിറങ്ങാൻ ശ്രമിച്ച ഞാൻ ഈ ഘട്ടത്തിൽ വികാരാധീനയായി. അന്യരാജ്യത്തു ജോലി ചെയ്യുന്നവർക്ക് ഉളുപ്പില്ലായ്മയും കാണ്ടാമൃഗത്തിന്റെ തൊലിക്കട്ടിയും വേണമെന്നിരിക്കേ എന്റെ അവസ്ഥ മറിച്ചായിരുന്നു. അവർ എന്നോട് എഡിറ്റർ ഇൻ ചീഫിനെ കാണാൻ പറഞ്ഞു.

എന്നാൽ ഇതൊന്നും അറിയാതെ എക്സിക്യൂട്ടീവ് എഡിറ്റർ മീറ്റിംഗ് വിളിച്ചുകൂട്ടി. ഞാൻ അയാളോട് ബഹുമാനമില്ലാതെ പെരുമാറി, തർക്കുത്തരം പറഞ്ഞു, അതു കൊണ്ട് ഇനി ആരും എന്നോട് സൗഹൃദം കാട്ടരുത്. ഇതായിരുന്നു മീറ്റിംഗിന്റെ രത്നച്ചുരുക്കം. ജോലിയിൽ ഭയമുള്ള എല്ലാവരും തലകുലുക്കി പിരിഞ്ഞുപോയി. ഒരൊറ്റ ആൾ പോലും മറുത്തൊരക്ഷരം പറഞ്ഞില്ല. പക്ഷേ, ഒരു പാകിസ്ഥാനി ഡിസൈനർ മാത്രം ആ മീറ്റിങ്ങിൽ നിന്നു വിട്ടുനിന്നു. കാരണം ഓഫീസിൽ അച്ചടക്കത്തോടെ ജോലി ചെയ്യുന്ന ഞാൻ പ്രതികരിച്ചിട്ടുണ്ടെങ്കിൽ അതെന്തോ ന്യായമായ കാര്യത്തിന് വേണ്ടി ആകണം എന്ന് ആ വ്യക്തിക്കു മനസ്സിലായി. പിന്നീട് അക്കാര്യം എന്നോട് അയാൾ പറയുമ്പോൾ എന്റെ കണ്ണുനിറഞ്ഞു. ആ സംഭവത്തോടെ പാകിസ്ഥാനികളെക്കുറിച്ചു കരുതിയതൊക്കെയും ശരിയല്ല എന്നും തിരിച്ചറിയുകയായിരുന്നു.

ഏതായാലും വിഷയം എഡിറ്റർ ഇൻ ചീഫിനു മുന്നിലെത്തി. അദ്ദേഹം ഒരു പലസ്തീൻ പൗരൻ ആയിരുന്നു. ഈ ഓഫീസിൽ പുസ്തകം വായിക്കുന്ന മാധ്യമപ്രവർത്തകയോ! അദ്ദേഹം അതിശയം പ്രകടിപ്പിച്ചു. സ്വന്തം പുസ്തക ശേഖരം കാട്ടിത്തന്നു. പരാതി ഫോർമൽ ആയി കൊടുക്കണം എന്നുണ്ടെങ്കിൽ അങ്ങനെ ആകാം, അതൊരു പ്രശ്നമാക്കി ഉയർത്തിക്കാട്ടാം, അല്ലെങ്കിൽ ഒന്നും സംഭവിക്കാത്തതു പോലെ ഓഫീസിൽ പതിവുപോലെ പോവുക, രണ്ടുപേരും കൂടി സംസാരിച്ചു രാജിയാവുക. ഇതായിരുന്നു കിട്ടിയ മറുപടി. ഗറ്റ് ഔട്ട് പറഞ്ഞ ആളിനോട് ഞാൻ പോയി

മിണ്ടില്ലെന്നു തറപ്പിച്ചു പറഞ്ഞു. അത് സാരമാക്കേണ്ട, ഇവിടെ കാര്യങ്ങൾ നിശ്ചയിക്കുന്നത് എക്സിക്യൂറ്റീവ് എഡിറ്റർ അല്ല, ഓഫീസിൽ പോകൂ എന്നു പറഞ്ഞു അദ്ദേഹം.

ഞാനതു പോലെ ചെയ്തു. എക്സിക്യൂട്ടീവ് എഡിറ്ററും മറ്റുള്ള വരും അകലം പാലിച്ചു. എന്നെ പിന്തുണച്ച പാകിസ്ഥാനിയോടു നേരിട്ടു നന്ദി പറഞ്ഞു. എഡിറ്റോറിയൽ റൂമിൽ നടന്ന കാര്യങ്ങൾ വിശദമാക്കിത്തന്ന, എന്നെ സഹോദരിയെ പോലെ കരുതിയിരുന്ന മലയാളി പെൺകുട്ടിയോട്, ഓഫീസിനകത്ത് എന്നോടധികം അടുപ്പം കാട്ടേണ്ട എന്നു പറഞ്ഞു പലരും. രണ്ടാഴ്ച കഴിഞ്ഞപ്പോൾ എക്സിക്യൂട്ടീവ് എഡിറ്റർ ഏറെ നാടകീയമായി ചിരിച്ചുകൊണ്ട് എന്റെ തോളിൽ തട്ടി. എന്നിട്ട് എല്ലാവരും കേൾക്കെ നമ്മൾ എന്തിനാണ് പിണങ്ങിയതെന്നു ചോദിച്ചു. പിന്നെ, എന്നോട് മുറിയിലേക്ക് ഒപ്പം ചെല്ലാൻ പറഞ്ഞു. ഷേക്ക് ഹാൻഡ് ചെയ്തു കൊണ്ട് പിണക്കം മാറ്റാം എന്നും പറഞ്ഞു. പക്ഷേ ഒരു വാണിങ് ലെറ്റർ ഉണ്ട്. അതു താൻ ആണ് അവിടത്തെ ബോസ് എന്നു കാണിക്കാൻ വേണ്ടി മാത്രമുള്ളതാണ്. മറ്റാരോടും പറയേണ്ട എന്നു പറഞ്ഞു കയ്യിലേക്ക് തന്നു. ദേഷ്യത്തിന് പകരം ചിരി ആണ് വന്നത്. പുസ്തകം വായിച്ചതിനു ഒരു മെമോ. അതും പത്രം ഓഫീസിൽ. പുസ്തകം വായിക്കരുതെന്നു പറഞ്ഞതിന് സീനിയറിനോട് തട്ടി കയറി എന്നാണ് ആരോപണം. കൈകൊടുത്തു വഴക്ക് അവസാനിപ്പിച്ചു പിരിഞ്ഞു. അതോടു കൂടി ജോലി മാറണം എന്നതിനേക്കാൾ നാട്ടിലേക്കു മടങ്ങണം എന്നതായി ചിന്ത.

അതറിഞ്ഞതോടെ അമ്മ കട്ട സപ്പോർട്ട്. അതിനു മുൻപ് അമ്മയെ യുഎഇയിലേക്ക് കൊണ്ടുവരണമെന്ന് അനിയത്തി ആഗ്രഹം പ്രകടിപ്പിച്ചു. ആ സന്ദർശനത്തിനിടയിലാണ് അമ്മയുടെ വയ്യായ്ക ശ്രദ്ധയിൽപ്പെട്ടത്. അമ്മയുടെ വിസിറ്റ് വിസ കാലാവധി കഴിഞ്ഞപ്പോൾ ഞാനും കൂടി നാട്ടിലേക്ക് പോയി. വൈകാതെ ക്യാൻസർ സ്ഥിരീകരിച്ചു. അമ്മയെ പരിചരിക്കാൻ ഞാൻ ജോലി രാജിവെക്കാനൊരുങ്ങി. പക്ഷേ, രാജി വയ്ക്കേണ്ടതില്ല ലീവിൽ പൊയ്ക്കൊള്ളാൻ അതെത്ര നാളത്തേയ്ക്കാണെങ്കിലും അനുവാദം കിട്ടി. ഈസ് ഷി റിയലി സിക്ക്? എന്ന് ചോദിച്ചു വിഷമിപ്പിച്ചു എങ്കിലും യുഎഇ ലെ ഒരു സ്ഥാപനവും ചെയ്യാത്ത ഒരു നടപടി എനിക്ക് വേണ്ടി എക്സിക്യൂട്ടീവ് എഡിറ്റർ തന്നെ ചെയ്തു തന്നു. ഓരോ മാസവും ലീവ് നീട്ടി എടുത്ത് അമ്മക്കൊപ്പം മൂന്ന് മാസം കഴിയാനുള്ള സാഹചര്യം ഒരുക്കിത്തന്നു. അമ്മക്കും ഉറപ്പായിരുന്നു എന്റെ ജോലി

പോകില്ല എന്ന്. കഷ്ടിച്ച് ആറു മാസം മാത്രമേ കാൻസർ സ്ഥിരപ്പെടുത്തിയ ശേഷം അമ്മ ജീവിച്ചിരുന്നുള്ളൂ. അതിൽ മൂന്ന് മാസവും ഞാൻ ഒപ്പം ഉണ്ടായിരുന്നു. അതു സാധ്യമാക്കി തന്ന ഗൾഫ് ടുഡേ എന്ന പത്രസ്ഥാപനം വിടാൻ മനസ്സു മടിച്ചു.

പക്ഷേ, ശമ്പളം കൂടുന്നുമില്ല ജീവിത ചെലവ് ഉയരുകയും ചെയ്യുന്നു എന്ന് കണ്ടാണ് ഗൾഫ് ന്യൂസിൽ അപേക്ഷിക്കുന്നത്. ടെസ്റ്റുകളും ഇന്റർവ്യൂകളും കഴിഞ്ഞു ഗൾഫ് ടുഡേയിൽ നിന്ന് രണ്ടുപേരെ ഗൾഫ് ന്യൂസ് തിരഞ്ഞെടുത്തു. രണ്ടു പത്രങ്ങളും തമ്മിൽ ഉണ്ടായിരുന്ന ഒരു മുൻധാരണ മറികടന്നാണ് അക്കാലത്തെ പ്രധാനപത്രമായിരുന്ന യുഎഇയിലെ ഏറ്റവും മുന്തിയ ശമ്പളം നൽകുന്ന ഗൾഫ് ന്യൂസ് എന്നെയും മറ്റൊരു പെൺകുട്ടിയെയും തിരഞ്ഞെടുക്കുന്നത്. അവർ അതുകൊണ്ട് തന്നെ ശട്ടം കെട്ടി, ജോയിൻ ചെയ്യും വരെ ഗൾഫ് ടുഡേ യിൽ ആരും അറിയരുത് എന്ന്. നാട്ടിൽ പോകുന്നു എന്നു മാത്രം പറയുക.

പക്ഷേ, മറ്റേ പെൺകുട്ടി രഹസ്യമായി ഒന്നും സൂക്ഷിക്കാൻ കഴിയാത്ത പ്രകൃതമായിരുന്നു. എല്ലാവരും അറിഞ്ഞു. എക്സിക്യൂട്ടീവ് എഡിറ്റർക്കു ഞാൻ പറഞ്ഞില്ല എന്ന വിഷമമായി. മനഃപൂർവ്വമാണ് ഞാൻ പറയാത്തത് എന്ന് പരിഭവം പറഞ്ഞു. അവസാനത്തെ ദിവസം അദ്ദേഹം ഓഫീസിൽ വന്നില്ല, പകരം എല്ലാ സ്റ്റാഫിനോടും എന്നെ ടാക്സി വരെ അനുഗമിക്കാൻ ചട്ടം കെട്ടി. മുൻപൊരു റിപ്പോർട്ടർ പോയപ്പോൾ ആരും ഒപ്പം പോകാതിരിക്കുന്നതു കണ്ടു ഞാൻ ലിഫ്റ്റ് വരെ ഒപ്പം പോയിരുന്നത് അദ്ദേഹം കണ്ടത് എനിക്ക് ഓർമ്മ വന്നതപ്പോഴാണ്. എക്സിക്യൂട്ടീവ് എഡിറ്റർ പറഞ്ഞിട്ടു തന്നെ ആയിരിക്കാം ആ രാത്രി എല്ലാവരും കൂടി എന്റെ ഒപ്പം ഓഫീസിനു താഴെവരെ വന്ന് യാത്ര അയച്ചത് എന്നു തോന്നി.

ആരൊക്കെയോ തലയിൽ കൈവച്ചു അനുഗ്രഹിച്ചു, അതിലേതോ ഒരു കൈ അത്ര നല്ല ഉദ്ദേശത്തോടെ ആയിരുന്നില്ലേ എന്നു തോന്നിയിട്ടുണ്ട് പിന്നീട് ഗൾഫ് ന്യൂസിൽ എന്തിനെന്നില്ലാതെ ചില പ്രശ്നങ്ങൾ നേരിടേണ്ടി വന്നപ്പോൾ.

അഞ്ച്

യുഎഇ – യിലെ കോർപ്പറേറ്റ് മാധ്യമസ്ഥാപനത്തിലേക്ക്

കോർപ്പറേറ്റ് മേഖലയിൽ സ്ത്രീകളെ നിയമിക്കുന്നത് അലങ്കാരമായിട്ടാണ്. എത്ര കഴിവും മിടുക്കും ഉള്ളവരാണെങ്കിലും സ്ത്രീകളിൽ നിന്നും ചിലതു പ്രതീക്ഷിക്കുന്നുണ്ട്. ശൃംഗാരം നടിക്കുക, വിശേഷബുദ്ധി ഇല്ല എന്ന മട്ടിൽ പെരുമാറുക, പ്രെസെന്റബിൾ ആകാൻ വസ്ത്രം എത്രത്തോളം കുറയ്ക്കാമോ അത്രത്തോളം കുറയ്ക്കുക, ഫാഷനബിൾ എന്ന് വരുത്തിത്തീർക്കാൻ കുറഞ്ഞ പക്ഷം അവിടെയുമിവിടെയും തുറന്നുകാട്ടുക അല്ലെങ്കിൽ ബ്രാ എങ്കിലും ഉപേക്ഷിക്കണം. ഇതൊന്നും അറബ് വംശജർക്കും ദീനിബിധമുള്ള മുസ്ലിമിനും ബാധകമല്ല. അവർക്ക് അബായ നിർബന്ധം. മറ്റു സ്ത്രീകൾ കെട്ടിയൊരുങ്ങി വന്നില്ലെങ്കിൽ ആദ്യമേ മുദ്രകുത്തും, ലെഫ്റ്റിസ്റ്റ്!

ഗൾഫ് ന്യൂസ് എന്ന പത്രത്തിൽ ഫോർമൽ ഡ്രസ്സിൽ ഏറ്റവും നീറ്റ് ആയി പോകുമായിരുന്ന ഞാൻ ലെഫ്റ്റിസ്റ്റ് ലേബലിലായി. ഒപ്പം ഇന്ത്യക്കാരി, ദേശസ്നേഹം അല്പം കൂടുതലാണ് എന്നൊക്കെ ആയിരുന്നു മറ്റാരോപണങ്ങൾ. കാരണം ഇന്ത്യാവിരുദ്ധ ലേഖനങ്ങൾക്ക് പത്രം അമിത പ്രാധാന്യം നൽകുന്നില്ലേ എന്നൊരു സംശയം ചോദിച്ചതും. അവിടെ ജോയിൻ ചെയ്ത രണ്ടാമത്തെ ആഴ്ച അന്താരാഷ്ട്രതലത്തിൽ അറിയപ്പെടുന്ന ഒരു ന്യൂസ് പേപ്പർ ലേഔട്ട് ഡിസൈനർ നടത്തിയ പരിശീലന പരിപാടി ഉണ്ടായിരുന്നു.

പുട്ടിയും ലിപ്സ്റ്റിക്കും കുട്ടി ഉടുപ്പുകളും ഇട്ടു മാധ്യമപ്രവർത്തകരോ ഹൂക്കർമാരോ എന്ന് സംശയം തോന്നിപ്പിക്കും വിധം പെണ്ണുങ്ങൾ. (ദുബൈയിലെ തൊഴിൽ മേഖലയിൽ അതാണ്

പിടിച്ചു നില്ക്കാൻ വേണ്ടത്. പിൽക്കാലത്ത് എല്ലായിടവും ഇങ്ങനെ ആയി എന്നതും യാഥാർത്ഥ്യം) എന്തോ, അതു കൊണ്ടാകാം ലേഔട്ട് വിദഗ്ധൻ വളരെ ഫോർമൽ ആയി ഡ്രസ്സ് ചെയ്തു ചെന്ന ഏക സ്ത്രീയായ എന്നോടു തന്നെ ആദ്യത്തെ സെക്ഷനിലെ ആദ്യത്തെ ചോദ്യം ചോദിച്ചത്. ആ ഓഫീസിൽ ഞാൻ നോട്ടപ്പുള്ളി ആകുന്നതിനിട വരുത്തിയത് ആ ട്രെയിനിങ് പ്രോഗ്രാം ആയിരുന്നു. പത്രത്തിന്റെ ലേഔട്ട് ന്യൂനത എന്തെന്ന് അദ്ദേഹം ചോദിച്ചതിന് സത്യസന്ധമായി ഉത്തരം പറഞ്ഞതും പൊട്ടിത്തെറികളും മുറുമുറുക്കലുകളും ആരംഭിച്ചു. ഇന്നലെ ജോയിൻ ചെയ്തവൾക്കു ഇങ്ങനെയൊക്കെ പറയാൻ എന്തവകാശം, ഞങ്ങൾ അനുവദിക്കില്ല എന്ന് ഒരു പേജ് എഡിറ്റർ ആയ ഗോവൻ സഹപ്രവർത്തകൻ ഉച്ചത്തിൽ പൊട്ടിത്തെറിച്ചു.

ഞാൻ അക്ഷരാർത്ഥത്തിൽ ഞെട്ടി. ലോകത്തെ ഒട്ടുമിക്ക രാജ്യങ്ങളിലെയും മാധ്യപ്രവർത്തകർ ജോലി ചെയ്യുന്ന ബിബിസി ഒക്കെ പോലെ പ്രൊഫഷണൽ ആയ ഒരു സ്ഥാപനമായിരുന്നു എന്റെ സങ്കൽപ്പത്തിലെ ഗൾഫ് ന്യൂസ്. ക്ലാസ് എടുത്ത വിദഗ്ദൻ അയാളെ തടഞ്ഞു. പുതിയതായി വരുന്നവർക്കാണ് വർഷങ്ങളായി ജോലി ചെയ്യുന്നവരേക്കാൾ പുതിയതായി നിർദേശങ്ങൾ നൽകാൻ ആവുക എന്ന് പറഞ്ഞു എന്നെ പ്രോത്സാഹിപ്പിച്ചു. പിന്നീട് അവിടെ നടന്നതൊന്നും എന്റെ ചെവിയിൽ കയറിയില്ല. രണ്ടാഴ്ചത്തെ ട്രെയിനിങ് പരിപാടി കഴിഞ്ഞു അമേരിക്കയിലേക്ക് മടങ്ങും മുൻപ് ക്ളാസെടുത്ത അറുപതു വയസ്സിലധികം പ്രായമുള്ള വിദഗ്ദ്ധൻ എന്നെ അന്വേഷിച്ചു ന്യൂസ് റൂമിൽ വന്നപ്പോൾ ഗോവന്റെ വക ഞാൻ കേൾക്കാനൊരു കമന്റ്, അമേരിക്കൻ ബോയ്ഫ്രണ്ട് അന്വേഷിച്ചു വരുന്നുണ്ട് എന്ന്. അദ്ദേഹം എന്റെ സീറ്റിലേക്ക് വന്നു സംസാരിച്ചു. ഇതുപോലുള്ള സന്ദർഭങ്ങൾ ഇനിയും ഉണ്ടായേക്കാം, വിഷമിക്കേണ്ട എന്നു പറഞ്ഞു. എനിക്ക് ചില പുസ്തകങ്ങൾ റഫറൻസിനായി കുറിച്ചു തന്നു.

എന്റെ കഷ്ടകാലത്തിന്റെ തുടക്കമായി അത്. കുത്തും കോമക്കും വരെ സീറ്റിലേക്ക് വിളിപ്പിച്ചു വഴക്കു പറയൽ. അതിനകം എനിക്ക് നല്ല സ്പീഡ് ഉണ്ടെന്നും നല്ല തലക്കെട്ടുകൾ ഇടാൻ അറിയാമെന്നും സീനിയർ എഡിറ്റർമാർക്കിടയിൽ അറിയപ്പെടാൻ തുടങ്ങി. ലോക്കൽ വാർത്ത മുതൽ സ്പോർട് ബിസിനസ് പേജുകൾ വരെ അവിടത്തെ കോപ്പി എഡിറ്റർമാർ കൈകാര്യം ചെയ്യണമായിരുന്നു. ചില പേജ് എഡിറ്റർമാർ മുൻകൂട്ടി നല്ല തലക്കെട്ട് അവരുടെ പേജി

നു നൽകണം എന്ന് പറയും. ചിലർ പെട്ടെന്ന് ഒരു കോപ്പി വേണമെങ്കിൽ എന്നോട് അതൊന്ന് എടുക്കാമോ എന്ന് ചോദിക്കും. ബ്രിട്ടീഷുകാരനായ ഡെസ്ക് മാനേജർ ഇടയ്ക്കിടയ്ക്ക് ഇനി മതി വീട്ടിൽ പൊയ്ക്കോ ബാക്കി മറ്റുള്ളവർ ചെയ്തു തീർക്കട്ടെ എന്ന് പറഞ്ഞു നേരത്തെ വീട്ടിൽ പോകാനും അനുവദിക്കും. അതോടെ ഘാന വംശജയും കനേഡിയൻ സ്വദേശിനിയുമായ സീനിയർ കോപ്പി എഡിറ്റർക്ക് മാനേജർ എന്നോട് പക്ഷപാതം കാട്ടുന്നു എന്നു പരാതിയായി.

ഒന്നും പോരാഞ്ഞ് ഞാൻ അവരോടു മത്സരിച്ചു മനഃപൂർവം സ്പീഡിൽ ജോലി ചെയ്യുന്നതാണ് എന്ന് വരെ പറഞ്ഞു. എല്ലാത്തിനും കൂട്ട് ഗോവനും. ഞാൻ കാര്യമാക്കിയില്ല. അനാവശ്യ സംസാരത്തിനൊന്നും മുതിർന്നുമില്ല. ഒപ്പീനിയൻ പേജുകൾ കൈകാര്യം ചെയ്യുന്നത് ഒരു പാകിസ്ഥാൻ മുൻ പ്രസിഡന്റിന്റെ ബന്ധുവായ സ്ത്രീയായിരുന്നു. ഡൽഹി ഗ്യാങ് റേപ്പിന്റെ പശ്ചാത്തലത്തിൽ ഇന്ത്യ, സ്ത്രീകൾക്ക് സുരക്ഷിതമല്ല എന്നൊരു ആർട്ടിക്കിൾ എഴുതാമോ എന്നു ചോദിച്ചു. അവർക്കു പ്രധാനമായും വേണ്ടിയിരുന്നത് ഒരു ഇന്ത്യ വിരുദ്ധ ലേഖനം ആണെന്നു മനസിലാക്കിയപ്പോൾ മറ്റു രാജ്യങ്ങളിലെ സ്ത്രീകൾ നേരിടുന്നത് പോലുള്ള പ്രശ്നങ്ങളെ ഇന്ത്യയിലും ഉള്ളൂ എന്നു ഞാൻ പറഞ്ഞു. അതവർക്ക് ഇഷ്ടമായില്ല. അതോടെ എഴുത്തു മുടങ്ങി.

അങ്ങനെ ഇരിക്കുമ്പോൾ ക്രിസ്തുമസ് വന്നു. ഒരു പാകിസ്ഥാനി മനുഷ്യനൊപ്പം ലിവിങ് ടുഗെതർ ചെയ്യുന്ന ഒരു ചെറുപ്പക്കാരി മലയാളി എഡിറ്ററിനെ കുറിച്ച് അറിയുന്നത് അപ്പോഴാണ്. അവരുടെ ഒരു ഫോട്ടോ ഫീച്ചറിൽ ഞാൻ ചില തിരുത്തലുകൾ വരുത്തി. അത് അവർക്ക് ഇഷ്ടപ്പെട്ടില്ല. ഡെസ്ക് മാനേജറിനോട് അവർ പരാതിപ്പെട്ടെങ്കിലും തെറ്റുകളാണ് തിരുത്തിയത് എന്നുകണ്ട് അദ്ദേഹം എന്നോട് ഒന്നും ചോദിച്ചില്ല.

പത്രങ്ങളിൽ ചിലരുടെ തെറ്റുകൾ ശരി ആണെന്നു കരുതി ജൂനിയർ എഡിറ്റർമാർ അതു തിരുത്താൻ പാടില്ല എന്ന അലിഖിത നിയമം ഉണ്ടെന്നു ആദ്യം മനസിലാക്കുന്നതു കലാകൗമുദിയിൽ നിന്നാണ്. അവിടെ എന്റെ സഹപ്രവർത്തകനായ ഒരു വ്യക്തിക്ക് ഞാൻ അക്ഷരത്തെറ്റ് പോലും തിരുത്തുന്നത് സഹിക്കില്ലായിരുന്നു. അതുകഴിഞ്ഞ് ഗൾഫ് ന്യൂസിൽ എത്തുമ്പോഴാണ് അത്തരമൊരു അനുഭവം വീണ്ടും. കാനേഡിയൻ സ്ത്രീ എന്നെ ശാസിച്ചു. കുറേനാൾ ഈ മേഖലയിൽ ജോലി ചെയ്ത ആളല്ലേ. ചിലരുടെ

തെറ്റുകൾ ശരി ആയി കരുതി അത് തിരുത്തരുതെന്നു അറിയില്ലേ? അവരുടെ സ്വാധീനം വലുതാണ് ഈ ഓഫീസിൽ. കണ്ടും കേട്ടും നിന്നാൽ നിനക്ക് കൊള്ളാം എന്നൊക്കെയായി അവരുടെ അസ ഹിഷ്ണുത. ആ ആഴ്ചത്തെ എന്റെ വീക്കിലി ഓഫ് കഴിഞ്ഞെത്തു മ്പോൾ എന്റെ മേശയിൽ ഒരു ക്രിസ്തുമസ് ട്രീ അലങ്കരിച്ചു വച്ചി രിക്കുന്നു. സന്തോഷത്തോടെ ആരാണതു ചെയ്തത് വളരെ നന്നായിരിക്കുന്നു എന്നു ഞാൻ പറഞ്ഞു. കനേഡിയൻ ക്ഷമാപ ണത്തോടെ തുടങ്ങി, 'ഞാനാണ് ചെയ്തത്. നിന്റെ അനുവാദം ചോദിക്കാതെ മുസ്ലീം ആയ നിന്റെ മേശമേൽ വച്ചു. നിന്റെ വിശ്വാ സത്തെ ഹനിച്ചു. സോറി.'

മുസ്ലീം ആയി ലേബൽ ചെയ്യാനുള്ള അവരുടെ ശ്രമത്തെ എനി ക്കിഷ്ടപ്പെട്ടില്ല. മനഃപൂർവം അവരുടെയോ മറ്റൊരു ക്രിസ്ത്യൻ പെൺ കുട്ടിയുടെയോ മേശമേൽ വയ്ക്കാതെ എന്റെ മേശയിൽ ഒരു സീൻ ഉണ്ടാക്കാൻ വച്ചതാണെന്നു മനസിലായപ്പോൾ അവരെ ഒന്ന് കളി യാക്കണമെന്ന് തോന്നി.

"ഞാൻ മുസ്ലിമാണോ?" ഞാൻ ചോദിച്ചു.

അവർക്കു സംശയമായി. "നീ, മുസ്ലിം അല്ലേ?"

"ഞാൻ വരുന്നത് ജാതിമതഭേദമില്ലാതെ എല്ലാം ആഘോഷി ക്കുന്ന ഒരു സ്ഥലത്തു നിന്നാണ്. അതു നിങ്ങൾക്ക് അറിയില്ലായി രിക്കാം. പക്ഷേ, എന്റെ വിശ്വാസത്തെ ഹനിച്ചു എന്നൊക്കെ എന്ത റിഞ്ഞിട്ടാണ് പറയുന്നത്. എന്നെക്കുറിച്ച് എന്തെങ്കിലും അറിയുമോ?"

അവർക്ക് ഉത്തരം മുട്ടി. ക്ഷമ പറയുന്നതിന് പകരം അവർ എന്തൊക്കെയോ പുലമ്പി വഴക്കിനു വന്നു. മറ്റേ പെൺകുട്ടി എന്നോട് ഇനി മിണ്ടാതിരിക്കൂ എന്ന് പറഞ്ഞു. ദേഷ്യപ്പെട്ടതിനു ഞാൻ സോറി പറഞ്ഞു, പ്രശ്നം അവസാനിപ്പിച്ചു. പക്ഷേ, സീനി യർ എഡിറ്ററും മുപ്പതിലധികം കോപ്പി എഡിറ്റർമാരുടെ ചുമതല യുള്ള കനേഡിയൻ - അതവിടെ അവസാനിപ്പിച്ചിരുന്നില്ലെന്ന് പിന്നീടു മനസിലായി. പത്രത്തിന്റെ വാർഷികാഘോഷം എന്റെ നൈറ്റ് ഷിഫ്റ്റ് കഴിഞ്ഞുള്ള ദിവസമായിരുന്നു. രാവിലെ എട്ടു മണിക്ക് ഓഫീസിൽ എത്തേണ്ടതുണ്ട്. എന്നാൽ അവർ എന്നോടു പറഞ്ഞു, സെക്കന്റ് ഷിഫ്റ്റ് കഴിഞ്ഞു പോകുന്നവർ രാവിലെ വര ണം എന്നില്ല എന്ന്. ഞാനവരുടെ വാക്കു വിശ്വസിച്ചു രാവിലെ ഓഫീസിലേക്കു പോയില്ല.

അവരുടെ ബോയ്ഫ്രണ്ടും ഗോഡ്ഫാദറും ആയിരുന്ന കനേ ഡിയൻ, പുതിയതായി ജോയിൻ ചെയ്തവർക്ക് ഒരു പാർട്ടി അറേ

ഞ്ച് ചെയ്തു. അതെന്നോട് പറയുന്നതും പാർട്ടി കഴിഞ്ഞിട്ടുള്ള ദിവസം. പോരെ പ്രശ്നങ്ങൾക്ക്? പ്രൊബേഷൻ പോലും കഴിയും മുൻപ് ഓഫീസിലെ പ്രമുഖരുടെ കണ്ണിലെ കരടായിക്കഴിഞ്ഞാലുള്ള അവസ്ഥ പറയേണ്ടതില്ലല്ലോ. ഞാൻ പരാതി കൊടുക്കും മുൻപ് ഗോവൻ പരാതി കൊടുത്തു. ബ്രിട്ടീഷ് മാനേജർ നിയമപ്രകാരം സ്വകാര്യ മീറ്ററിംഗിന് വിളിച്ചു. എന്താണ് അവിടെ നേരിടുന്ന ബുദ്ധിമുട്ടുകൾ എന്ന് ചോദിച്ചു. ഞാൻ കാര്യങ്ങൾ പറഞ്ഞു. അയാൾ പറഞ്ഞു, 'ഒരു സ്കോട്ടിഷ് പെൺകുട്ടിയോടും ഇവർ ചെയ്തത് ഇതൊക്കെയാണ്. നല്ലതായി ജോലി ചെയ്യുന്നവരെ ഇവർ ഇങ്ങനെ പുറത്താക്കുന്നത് എന്തിനെന്നെനിക്കും മനസിലാകുന്നില്ല. അധികകാലം ഇവിടെ നിൽക്കാൻ നിങ്ങൾക്കു കഴിയുമെന്നു തോന്നുന്നില്ല. കഴിയുന്നതും വഴക്കുകൾ ഉണ്ടാകാതെ മുന്നോട്ടുപോകാൻ ശ്രമിച്ചുനോക്കൂ. ചിലപ്പോൾ അവർ നിലപാട് മാറ്റിയേക്കും.'

ഞാൻ വേണ്ട സമയത്തു പരാതി കൊടുക്കാതിരുന്നത് അബദ്ധമായെന്നും മനസിലായി. അവിടെ നിന്നും പറഞ്ഞു വിടും മുൻപ് ഡ്രൈവിംഗ് ലൈസൻസ് എടുക്കണം എന്നു തീരുമാനിച്ചു. അതും കൂടി അറിഞ്ഞപ്പോൾ കനേഡിയൻ സ്ത്രീക്ക് വീണ്ടും കുരു പൊട്ടി. ലാൻഡ് റോവറിൽ വരാൻ ആയിരിക്കും എന്നായി കമന്റ്. ലാൻഡ് റോവർ സ്വന്തമായി ഉണ്ടായിരുന്ന അച്ഛന്റെ മകൾക്ക് ഏതെങ്കിലും വണ്ടി ഓടിച്ചു പഠിക്കണമല്ലോ എന്നു മനസ്സിൽ പ്പറഞ്ഞ് അവരെ അവഗണിച്ചു. ഇതിനിടയിലാണ് ഡിസി ബുക്ക്സ് എന്റെ പുസ്തകം പബ്ലിഷ് ചെയ്യാമെന്നു സമ്മതിക്കുന്നത്. ഓഫീസിൽ നിന്ന് മുൻകൂട്ടി അനുവാദം വാങ്ങി. ഷാർജ ബുക്ക് ഫെയറിൽ ബുക്ക് റിലീസ് ചെയ്യാം എന്നായിരുന്നു തീരുമാനം. പ്രശ്നങ്ങൾ ഒന്നുമില്ലാതെ അങ്ങനെ പോയ്ക്കൊണ്ടിരുന്നപ്പോഴാണ് 55 -60 വയസ്സായവരെ ചെലവ് ചുരുക്കലിന്റെ ഭാഗമായി പിരിച്ചു വിടാൻ തീരുമാനമായത്. ആ മീറ്റിംഗിൽ പെണ്ണുങ്ങൾ ഒരുപടി കൂടി മുന്നിൽ കടന്നു. മലയാളി പെൺകുട്ടികളായിരുന്നു ഏറ്റവും വൾഗർ ആയി വേഷവിധാനം ചെയ്തത്. തുടകൾ കാണുന്നവിധം സ്ത്രീകൾ വസ്ത്രധാരണം ചെയ്യരുതെന്ന് നിബന്ധന ഉള്ള ഓഫീസിൽ കാലുകൾ മാത്രമല്ല പാന്റീ ലൈൻ വരെ കാട്ടിക്കൊണ്ട് കാലിന്മേൽ കാലും കയറ്റിയിരിക്കുന്ന സ്ത്രീകൾ! ക്ലീവേജ് മുതൽ പാന്റി വരെ കാട്ടിക്കൊണ്ട് എഡിറ്റർക്ക് നയന സുഖം നൽകി ജോലി ഉറപ്പിക്കുന്ന സ്ത്രീ ജന്മങ്ങൾ!

എന്നോടു സൗഹൃദത്തോടെ ഇടപെടുന്ന ഒരു മലയാളി പെൺകുട്ടിയുടെ ഇരുപ്പ് മനഃപൂർവമാണെന്ന് ആദ്യം മനസിലായില്ല. 'അയ്യോ, നിന്റെ പാന്റി കാണുന്നല്ലോ' എന്ന് പറയണം എന്ന് നാവിൽ വന്നെങ്കിലും അത് മനഃപൂർവമാണെന്നു പെട്ടെന്ന് മനസ്സിൽ വന്നപ്പോൾ അടങ്ങിയിരുന്നു. ഈ പെൺകുട്ടിയെ ന്യൂസ് സെക്ഷനിൽ നിന്ന് ടാബ്ലോയ്ഡ് വിഭാഗത്തിലേക്ക് ഡെസ്ക് മാനേജർ മാറ്റിയതിനു മറ്റു മലയാളികളുടെ മനസ്സിൽ ഞാനായിരുന്നു കാരണക്കാരി. ഏഷ്യൻ സ്കൂൾ ഓഫ് ജേർണലിസം എന്ന സ്ഥാപനത്തിൽ നിന്ന് റാങ്കോടെ പാസായ ആ പെൺകുട്ടിയെക്കാൾ ഞാൻ ന്യൂസ് സ്റ്റോറീസ് എഡിറ്റ് ചെയ്യുന്നതു കൊണ്ടാകണം അവളെ ടാബ്ലോയിഡിലേക്കു മാറ്റിയത്.

അതെന്തുമാകട്ടെ, പൊതുവെ വസ്ത്രം അലർജി ആയിരുന്ന അവൾ വേറൊരു ഡെസ്കിലേക്കു പോയപ്പോൾ, മലയാളികൾ അടക്കമുള്ള ഇന്ത്യക്കാർ പറഞ്ഞത്, ഹോ കണ്ണിനു സുഖം തരുന്ന ഒരാൾ ഉണ്ടായിരുന്നത് പോയി എന്നായിരുന്നു. ഞാൻ കേൾക്കുന്നത് അവരാരും അറിഞ്ഞില്ല.

എന്നോട് അകൽച്ച കാണിക്കാൻ തുടങ്ങിയത് അവളെ കാണുമ്പോൾ കിട്ടുന്ന സുഖം കിട്ടാത്തത് കൊണ്ടാണെന്നു തിരിച്ചറിഞ്ഞപ്പോൾ മാധ്യമപ്രവർത്തകരാണോ ഏറ്റവും വലിയ സ്ത്രീലമ്പടന്മാരെന്നു വരെ ഞാൻ ചിന്തിച്ചുപോയി.

ആ മീറ്റിംഗിൽ വെച്ചുതന്നെ ഞാൻ വേറെ ജോലി അന്വേഷിക്കണോ എന്ന് എഡിറ്ററിനോടു നേരിട്ടു ചോദിച്ചു. അപ്പോഴും അത് പുതിയതായി ജോയിൻ ചെയ്തവർക്ക് ബാധകമല്ല എന്നാണവർ പറഞ്ഞത്. പക്ഷേ, ഒടുവിൽ 80 വയസ്സുള്ള ബ്രിട്ടീഷുകാരനെ നിലനിർത്തിക്കൊണ്ടു വയസ്സായവർക്കൊപ്പം എന്റെ പേരും കൂടി എഴുതി ചേർത്തു എന്ന് വേണം കരുതാൻ.

അന്തർനാടകങ്ങൾ ഒന്നും ഞാനറിഞ്ഞില്ല.

ΟΟ

ആറ്

പ്രതിസന്ധിയിൽ ആരുമില്ലാതെ

ഞാൻ പോകുന്നിടത്തെല്ലാം പ്രശ്നം എന്നത് ചിലർ എന്റെ കുറ്റമായി കാണാൻ തുടങ്ങി. തീയില്ലാതെയും പുക ഉണ്ടാകും എന്ന് വിശ്വസിക്കാനോ ഒപ്പം നിൽക്കാനോ ആരും ഉണ്ടായില്ല. യു എ ഇ യിലെ മുഖ്യധാരാ മാധ്യമമേഖലയിലെ അലിഖിത നിയമങ്ങൾ കണ്ടു ഞാൻ അക്ഷരാർത്ഥത്തിൽ ഞെട്ടി. കോർപ്പറേറ്റ് ലോകം അങ്ങനെയൊക്കെയാണ് എന്ന് അനിയത്തി പലപ്പോഴും സമാധാനപ്പെടുത്താൻ നോക്കിയെങ്കിലും സ്ത്രീകളെ വെറും സെക്സ് സിംബൽ ആയിക്കാണുന്ന, പച്ച മലയാളത്തിൽ പറഞ്ഞാൽ ചരക്കായി മാത്രം കാണുന്ന സംവിധാനത്തോട് വെറുപ്പായി. എല്ലാം കണ്ടിട്ടും കാണാത്ത ഭാവത്തിൽ പ്രതികരിക്കാതിരിക്കാൻ എന്നിലെ ഫെമിനിസ്റ്റല്ല, മനുഷ്യത്വം അനുവദിച്ചില്ല. സഹജീവികളോട് ആദരവോടും കനിവോടും കൂടി പെരുമാറണം എന്ന ചിന്തയാണ് പലപ്പോഴും ആവശ്യമില്ലാത്ത ഇടത്തു പോലും എനിക്കു പലപ്പോഴും ശബ്ദമുയർത്തേണ്ട സാഹചര്യം സൃഷ്ടിച്ചത്. പലപ്പോഴും അതുകൊണ്ടുള്ള ഗുണം ലഭിച്ചതു മറ്റുള്ളവർക്കും. അതുകൊണ്ടാകും സ്വയം വിഡ്ഢി ആകണോ എന്നൊരു ആത്മാർത്ഥ സുഹൃത്ത് ഇടയ്ക്കിടയ്ക്ക് ഓർമ്മപ്പെടുത്തുന്നത്.

ഒരു കൊച്ചു രാജ്യമാണ് യു.എ.ഇ. മലയാളികൾക്കിടയിൽ എന്തും പെട്ടെന്ന് അങ്ങാടിപ്പാട്ടാകും. എനിക്ക് മലയാളി സുഹൃദ് വലയങ്ങൾ ഒന്നും ഇല്ലായിരുന്നുവെങ്കിലും അഭ്യുദയകാംക്ഷികൾ നിരവധിയായിരുന്നു. അവൾ അഹങ്കാരി, കോപിഷ്ഠ എന്നൊക്കെ പറയുന്നവർ പോലും ജോലിക്കാര്യത്തിൽ മിടുക്കി എന്ന സർട്ടിഫിക്കറ്റ് നൽകിയിട്ടുണ്ട്. മലയാളം സായാഹ്ന പത്രത്തിന്റെ പടി ഇറങ്ങുമ്പോൾ അവളെ ഇനി ഈ മണ്ണിൽ ജോലി ചെയ്യാൻ അനുവദിക്കില്ല എന്ന് പറഞ്ഞ മലയാളി ആയിരുന്നു പുതിയ ജോലി

കണ്ടുപിടിക്കാനുമുള്ള എന്റെ ശരിക്കുള്ള പ്രചോദനം.

എന്നെ സംബന്ധിച്ച് ഓരോ ജോലിയും ഒരു പാഠശാല ആയിരുന്നു. നല്ല ശമ്പളമുള്ള ജോലികൾ സ്വായത്തമാക്കുക എന്നതിലുപരി ഞാൻ എന്നോടുതന്നെ മത്സരിക്കുകയായിരുന്നു. മറ്റുള്ളവർ എന്നെക്കണ്ടത് വളരെ അംബിഷ്യസ് ആയ, പ്രാക്ടിക്കൽ ആയ വ്യക്തി ആയിട്ടാണ്. എന്നാൽ അത് രണ്ടുമായിരുന്നു എന്റെ ലക്ഷ്യമെങ്കിൽ മറ്റുള്ളവരെ പോലെ വിട്ടുവീഴ്ചകൾ ചെയ്തും അനുസരണക്കേടു കാട്ടാതെ അടിമപ്പണി ചെയ്തും ഞാൻ മുന്നോട്ടു പോകുമായിരുന്നു. എല്ലായിടത്തും പുരുഷന്മാരുടെ കുത്തകയായ ന്യൂസ്റൂമിൽ സ്ത്രീ ആയതു കൊണ്ട് മാത്രം ശിക്ഷിക്കപ്പെടുകയായിരുന്നു.

ഒരു പുരുഷനായിരുന്നെങ്കിൽ എത്രയോ നല്ല പദവികളിൽ നിഷ്പ്രയാസം എത്താൻ സാധിക്കുമായിരുന്നു എന്ന ഉത്തമവിശ്വാസവുമുണ്ട്. കഴിവുള്ള പുരുഷന് ജോലിക്കയറ്റം ലഭിക്കാൻ അത്രയൊന്നും ബുദ്ധിമുട്ടേണ്ടതില്ല. കുറെ സ്ത്രീകളെ നിയമിച്ചു ഗ്ലാസ് സീലിങ് ബ്രേക്ക് ചെയ്തു എന്ന വാർത്ത പടച്ചുണ്ടാക്കുന്ന മാധ്യമങ്ങൾ തന്നെയാണ് ഗൾഫ് മേഖലയിൽ ഏറ്റവും കൂടുതൽ സ്ത്രീവിരുദ്ധത കാട്ടുന്നതും. എന്നാൽ ആ രാജ്യത്തെ ഭരണകൂടത്തിന്റെ സ്ത്രീകളോടുള്ള നിലപാട് മറിച്ചാണ്. അപ്പോഴും ഒന്നു പറയാതെ വയ്യ, മനുഷ്യാവകാശ സംരക്ഷണമോ, അവകാശമോ ഇല്ലാത്ത രാജ്യത്തു മാനസികപീഡനത്തിനും അന്യായമായി തൊഴിലിൽ നിന്ന് പിരിച്ചുവിടുന്നതിനും എതിരെ പരാതിപ്പെടാനോ ശബ്ദമുയർത്താനോ പറയത്തക്ക സംവിധാനം ഒന്നുമില്ല. പരാതിക്കാരെയും കുറ്റവാളികളെ പോലെ കരുതുന്നതാണ് അവിടങ്ങളിലെ രീതി. ജയിലറകളിൽ പോലും വേർതിരിവില്ല. കൊലയാളികൾക്കും വേശ്യകൾക്കും ഒപ്പമായിരിക്കും മനുഷ്യക്കടത്തിനോ ലൈംഗിക പീഡനത്തിനോ ഇരയാകുന്നവരെയും പാർപ്പിക്കുന്നത്.

ഇന്ത്യൻമാധ്യമരംഗത്ത് സർക്കാർ ഉദ്യോഗം പോലെ ഗ്രേഡ് കൂടുന്ന രീതിയുണ്ട്. ഗൾഫ് മേഖലയിൽ അതല്ല സ്ഥിതി. മാനേജ്മെന്റിനും സ്റ്റാഫിനും ഇടയ്ക്കു നിൽക്കുന്ന ചില എഡിറ്റോറിയൽ അംഗങ്ങൾ ഉണ്ട്. അവർ മിക്കവാറും വിശേഷബുദ്ധിയിലോ കഴിവിലോ പിന്നിലായിരിക്കും. പക്ഷേ, നല്ല വാഗ്ചാതുരിയും യജമാനഭക്തിയും കാട്ടാനും തൊട്ടടുത്ത് ഇരിക്കുന്നവരെ വെട്ടിമലർത്തിയാതൊരു മനഃസാക്ഷിക്കുത്തുമില്ലാതെ കുത്തിത്തിരുപ്പും താൻപോരിമയും കാട്ടി മുന്നേറാൻ കഴിയുന്നവരും ആയിരിക്കും. ഗൾഫിലെ

ഒട്ടുമിക്ക മുതലാളിമാർക്കും വേണ്ടത് ഇത്തരക്കാരെയുമാണ്.

ഒരു ഓഫീസിൽ പിടിച്ചുനിൽക്കണമെങ്കിൽ ഈ വിഭാഗത്തെ പ്രീണിപ്പിക്കാതെ തരമില്ല എന്നു കാണുമ്പോൾ പലരും അന്യായങ്ങൾക്കെതിരെ കണ്ണടക്കും. ഒരു സുഹൃത്ത് പറഞ്ഞതു പോലെ, നട്ടെല്ലിലുള്ള അസ്ഥികൾ ഊരിവെച്ചിട്ട് വേണം ദുബൈയിൽ ജോലി ചെയ്യേണ്ടത് എന്നു സാരം. അത്തരത്തിലൊരു സ്ഥാപനത്തിലാണ് അടുത്തതായി എത്തിപ്പെട്ടതും.

○○

ഏഴ്

മലയാളികളെ അടുത്തറിഞ്ഞ ഖലീജ് ടൈംസ് നാളുകൾ

ഇഷ്ടമില്ലാത്തച്ചി തൊട്ടതെല്ലാം കുറ്റം എന്നു പറയുംപോലെ ആയിരുന്നു ദുബായ് ഭരണാധികാരിക്ക് കൂടി പങ്കാളിത്തം ഉണ്ടായിരുന്ന ഖലീജ് ടൈംസ് എന്ന ദിനപത്രത്തിലെ ആദ്യ ദിവസം മുതൽക്കുള്ള അവസ്ഥ. കേരളത്തിലെ ഒരു പ്രമുഖ രാഷ്ട്രീയനേതാവിന്റെ ബന്ധുവിനെ ഒരു വലിയ റോളിൽ തിരുകികയറ്റാൻ മറ്റു മലയാളി എഡിറ്റർമാർ ശ്രമിക്കുന്നതിനു ഇടയിലാണ് അന്തർനാടകങ്ങൾ അറിയാത്ത ഡൽഹിക്കാരൻ ആയ എഡിറ്റർ കടുകടുത്ത ടെസ്റ്റു നടത്തി എന്നെ ആ റോളിലേക്ക് തിരഞ്ഞെടുക്കുന്നത്. പിന്നീട് അവിടത്തെ രീതികൾ കണ്ടപ്പോൾ മനസിലായത് ടെസ്റ്റ് എന്ന കടമ്പ കടക്കരുത് എന്ന ഉദ്ദേശത്തോടെ ആരോ മനഃപൂർവം തയ്യാറാക്കിയതായിരുന്നു ആ ടെസ്റ്റ് എന്നാണ്. ഇത് ഇന്ത്യയിലെ ഒട്ടുമിക്ക പത്രസ്ഥാപനങ്ങളും ചെയ്യുന്ന രീതിയാണ്. ഗൾഫ് ന്യൂസിൽ സൈക്കോമെട്രിക്ക് ടെസ്റ്റ് എന്ന കടമ്പ കടന്നു കഴിഞ്ഞാൽ പിന്നെ ജോലി കിട്ടും എന്നൊരു ഉറപ്പുണ്ടായിരുന്നു ഒരു കാലത്ത്. ഇപ്പോൾ അവിടെയും മറ്റുള്ള സ്ഥാപനങ്ങളെ പോലെ പരിചയക്കാരുടെ ശുപാർശയും പിൻവാതിൽ നിയമനവും ഒക്കെയാണെന്നാണു ശ്രുതികൾ. ഒന്നും പോരാഞ്ഞ്, കൈക്കൂലി കൊടുത്തും ജോലിക്കു ചേരുന്നവർ ഉണ്ടെന്നു മറ്റുചിലർ. എന്റെ നിയമനം നടന്നത് രണ്ടു ലെവൽ ടെസ്റ്റ്, ഇന്റർവ്യൂ ഒക്കെ താണ്ടിയാണ്. ഗോഡ് ഫാദർ ഇല്ലാതിരുന്നതു കൊണ്ടാകാം അതങ്ങനെ.

ഖലീജ് ടൈംസ് ടെസ്റ്റിനെക്കുറിച്ചാണല്ലോ പറഞ്ഞുവരുന്നത്. ടെസ്റ്റ് കഴിഞ്ഞ് ഓഫീസിനു മുന്നിൽ വണ്ടി കാത്തുനിന്ന എന്നെ കണ്ട എഡിറ്റർ സ്വന്തം വാഹനത്തിൽ മെട്രോ സ്റ്റേഷനിൽ ഡ്രോ

പ്പ് ചെയ്യാമെന്നു പറഞ്ഞപ്പോൾത്തന്നെ സെലക്ഷൻ ആയി എന്നു മനസ്സ് പറഞ്ഞു. വിസ കാലാവധി തീരാൻ രണ്ടു ദിവസം കൂടി ബാക്കി ഉള്ളപ്പോൾ, അവിടെത്തന്നെ ജോയിൻ ചെയ്യണം എന്ന് അദ്ദേഹം തറപ്പിച്ചു പറയുകയും കൂടി ചെയ്തപ്പോൾ അതൊരു പുതിയ തുടക്കമാക്കണം എന്നു ഞാനും നിശ്ചയിച്ചു. ഗൾഫ് ന്യൂസിൽ നിന്നുണ്ടായ തിക്താനുഭവം വെറുമൊരു ജോലി നഷ്ടം മാത്രമായിരുന്നില്ല. അത് ജീവിതത്തെ കീഴ്മേൽ മറിച്ചിരുന്നു. ആദ്യ പുസ്തകം ഇറങ്ങുന്നതിനു തൊട്ടു മുൻപേ ഉണ്ടായ ആ തൊഴിൽ നഷ്ടം ഉണ്ടാക്കിയ മാനസിക പിരിമുറുക്കം കാരണം പുസ്തകപ്രകാശന ചടങ്ങുപോലും വേണ്ട വിധം നടത്താൻ സാധിക്കാതെ പോയി.

ഇതിൽ നിന്നൊക്കെ ഒരു വിടുതലായിട്ടാണ് പുതിയ ജോലിയെ കണ്ടത്. തൃശൂർ സ്വദേശിയായ നൈറ്റ് എഡിറ്റർ കാര്യങ്ങൾ അറിയാൻ വിളിച്ചപ്പോൾ കിട്ടിയ ജോലിയെ സംബന്ധിച്ച സകല വിവരങ്ങളും സന്തോഷത്തോടെ അയാളോട് പറഞ്ഞു. പക്ഷേ, അതൊരു ദുരന്തത്തെ വിളിച്ചു വരുത്തുക ആയിരുന്നു എന്ന് സ്വപ്നത്തിൽ പോലും കരുതിയില്ല. ജോയിനിംഗ് ദിവസം എഡിറ്റർ ക്ഷമാപണത്തോടെ പറഞ്ഞു. മറ്റുള്ളവർക്ക് കേരളത്തിലെ പ്രമുഖ രാഷ്ട്രീയ നേതാവിന്റെ ബന്ധുവിനെ ചീഫ് കോപ്പി എഡിറ്ററിന്റെ റോളിൽ വേണം, എനിക്ക് തടുക്കാൻ കഴിയില്ല. താനും ചീഫ് കോപ്പി എഡിറ്റർ ആയിരിക്കും, എന്നാൽ അവർ ആയിരിക്കും ഡെസ്ക് ഹെഡ് ചെയ്യുക എന്ന് പറഞ്ഞു.

എവിടെയാണ് ജോലി ലഭിച്ചത് എന്ന് യുഎഇയിൽ പലരും ഒരു ജോലി കിട്ടുമ്പോൾ പറയാത്തതിന്റെ കാരണം അപ്പോഴാണ് മനസ്സിലായത്. അന്നും ഇന്നും പദവികളിൽ അർത്ഥമോ മഹിമയോ കാണാത്തതു കൊണ്ട് ഞാൻ എഡിറ്ററോട് ആയിക്കോട്ടെ എന്ന് പറഞ്ഞു. പക്ഷേ, എന്നിട്ടും അടങ്ങാൻ കൂട്ടാക്കിയില്ല അവിടത്തെ മലയാളിപ്പട. ഞാനും അവരുടെ നാട്ടിൽ നിന്നുള്ള ഒരു വ്യക്തി എന്ന പരിഗണന നൽകിയില്ല എന്നതു പോട്ടെ ഒതുക്കി ഒരു മൂലക്കിരുത്തുക എന്ന നിലയിലേക്ക് കാര്യങ്ങൾ നീങ്ങുന്നത് ഞെട്ടലോടെ മനസിലാക്കിയപ്പോൾ ആരോടും വഴക്കിനും വക്കാണത്തിനും പോകില്ല എന്ന എന്റെ തീരുമാനം മാറ്റേണ്ടി വന്നു.

എന്താണിങ്ങനെ എന്ന് ആത്മസംയമനത്തോടെ നൈറ്റ് എഡിറ്ററിനോട് ചോദിച്ചപ്പോൾ കിട്ടിയ മറുപടി, താൻ എഴുത്തുകാരി അല്ലേ? എന്തെങ്കിലും വായിക്കുകയോ അടുത്ത പുസ്തകം എഴു

തുകയോ ചെയ്യൂ എന്നായി! ഓഫീസിൽ ഇരുന്നു പുസ്തകം എഴുതാറില്ല എന്ന മറുപടിയിൽ അയാൾ നിശ്ശബ്ദനായി. പക്ഷേ, അത് അയാൾ എനിക്ക് പകരം ചീഫ് കോപ്പി എഡിറ്റർ ആയ സ്ത്രീക്ക് കൈമാറി എന്ന് അവരുടെ പിന്നീടുള്ള പെരുമാറ്റത്തിൽ വ്യക്തമായി. കോപ്പി ഡെസ്ക് എന്ന് പറയാൻ പാടില്ല, ഗൾഫ് ന്യൂസല്ല ഈ സ്ഥാപനം, ഇവിടെ റീ റൈറ്റിംഗ് ഡെസ്ക് എന്നാണ് തുടങ്ങി നിസ്സാര കാര്യങ്ങൾക്കു വരെ ഗൾഫ് ന്യൂസിൽ ജോലി ചെയ്തത് എന്തോ ഒരു അപരാധം പോലെ ആയിരുന്നു പലരുടെയും പെരുമാറ്റം ആ സ്ഥാപനത്തിൽ. കാരണം കിട്ടാത്ത മുന്തിരി പുളിക്കും എന്നതായിരുന്നു അവരുടെയൊക്കെ പ്രശ്നം. അക്കാലത്തു ഗൾഫ് ന്യൂസിൽ ജോലി ലഭിക്കുക ലോട്ടറി അടിക്കും പോലെയാണ്.

ഇത് പറഞ്ഞപ്പോഴാണ് മറ്റൊരു കാര്യം ഓർമ്മ വരുന്നത്. അമ്മക്കൊപ്പം നാട്ടിൽ കൂടാമെന്നു കരുതി ഇടയ്ക്കു നാട്ടിൽ ജോലി അന്വേഷണം ചെയ്തിരുന്നു. ഒന്നു രണ്ടു ഇന്റർവ്യൂകൾ, റിപ്പോർട്ടർ ചാനലിൽ നിന്നടക്കം കിട്ടി. ചാനലിലെ സീനിയർ എഡിറ്റർക്ക് അറിയേണ്ടി ഇരുന്നത് അജ്മാനിൽ വാറ്റുചാരായം ഉണ്ടാക്കുന്നത് എങ്ങനെ എന്നായിരുന്നു. ഇന്റർവ്യൂ അലങ്കോലമായി, എഡിറ്റർ നികേഷ് കുമാർ ഇടപെട്ടു രംഗം ശാന്തമാക്കി. അവിടം വിട്ടപ്പോൾ ദൃശ്യമാധ്യമമേഖലയിൽ ഒരു ജോലിക്കു ശ്രമിക്കുക എന്ന മോഹത്തിനു മങ്ങലേറ്റു. തുടർന്ന് മലയാള മനോരമ എക്സിക്യൂട്ടീവ് എഡിറ്റർ ആയിരുന്ന തോമസ് ജേക്കബ് സാറിനെ കാണാൻ പോയപ്പോൾ അദ്ദേഹം മഴവിൽ മനോരമ തുടങ്ങുന്ന കാര്യം പറഞ്ഞു. ദൃശ്യമാധ്യമ മേഖല എനിക്ക് സാധിക്കുമോ എന്നൊരു സംശയം പ്രകടിപ്പിച്ചപ്പോൾ വീക്കിൽ ശ്രമിക്കൂ എന്ന് അദ്ദേഹം ഉപദേശിച്ചു. ആ കൂടിക്കാഴ്ച കഴിഞ്ഞുള്ള തൊട്ടടുത്ത ദിവസങ്ങളിലാണ് ഗൾഫ് ന്യൂസിൽ നിന്നുള്ള ഓഫർ ലെറ്റർ കിട്ടുന്നത്. തോമസ് സാറിനെ നേരിട്ട് കണ്ടു നേരിട്ട് കാര്യം പറയണം എന്ന് കരുതി ഇരിക്കുമ്പോൾ എൻ ആർ എസ് ബാബു സാറിനെ കണ്ടു മടങ്ങും വഴി ആകസ്മികമായി തിരുവനന്തപുരം റെയിൽവേ സ്റ്റേഷനിൽ വെച്ച് അദ്ദേഹത്തെ കണ്ടു. ഞാൻ അനുസരണക്കേടു കാട്ടി എന്നൊരു ചിന്ത അദ്ദേഹത്തിന്റെ മനസ്സിൽ ഉണ്ടായി എന്നു തോന്നി. ഗൾഫ് ന്യൂസിൽ അപേക്ഷ കൊടുത്തിട്ടു മൂന്ന് മാസം കഴിഞ്ഞാണ് ഞാൻ നാട്ടിൽ വരുന്നത് എന്നൊന്നും അദ്ദേഹത്തോട് വിശദമാക്കാൻ സാവകാശം ലഭിച്ചില്ല. ട്രെയിൻ വിടാറായി, പിറകിൽ നിന്ന് വിളിച്ചെന്നെ പേടിപ്പിച്ചു കളഞ്ഞല്ലോ എന്ന് തിരക്ക് കൂട്ടി അദ്ദേഹം

പോയി.

അധികനാൾ കഴിഞ്ഞില്ല, അനുസരണയില്ല എന്നതായിരുന്നു എനിക്കെതിരെ ഖലീജ് ടൈംസ് എഡിറ്റർക്ക് ആദ്യം ലഭിച്ച പരാതി. തുടർന്നത് കോപ്പികൾ വെട്ടിച്ചുരുക്കുന്നു എന്നായി. കുട്ടികളുടെ മാഗസിൻ, ഫീച്ചറുകൾ മാത്രം കൈകാര്യം ചെയ്തു പരിചയമുണ്ടായിരുന്ന വ്യക്തിക്ക് ന്യൂസ് പേജുകൾ കൈകാര്യം ചെയ്യാനുള്ള ബുദ്ധിമുട്ട് തെറ്റുകളുടെ രൂപത്തിൽ പെരുകിയതോടെ എഡിറ്റർ എന്നെ ഡെസ്കിന്റെ ചുമതല ഏൽപ്പിക്കാൻ നിർബന്ധിതനുമായി. അങ്ങനെ ഒരു വടക്കേ ഇന്ത്യൻ എഡിറ്ററിനെ വച്ചുപൊറുപ്പിക്കാൻ മലയാളികളും ഒരുക്കമായിരുന്നില്ല. അദ്ദേഹത്തിനു അധികകാലം ആ മാഫിയക്ക് മുന്നിൽ പിടിച്ചു നിൽക്കാനായില്ല. പോകും മുൻപ് ഇന്ത്യൻ ചാരൻ എന്നൊരു മുദ്രപ്പേര് എനിക്കു കിട്ടിയിട്ടുണ്ട് എന്നദ്ദേഹം പറഞ്ഞു. എന്താണ് മറ്റുള്ളവർ തന്നെ അവരുടെ നാട്ടുകാരിയായിപ്പോലും കരുതാത്തത് എന്ന് അദ്ദേഹം ചോദിച്ചപ്പോൾ എനിക്കതിന് ഉത്തരവും ഉണ്ടായിരുന്നില്ല.

അദ്ദേഹത്തിന്റെ സുഹൃത്തും മാംഗ്ലൂർ സ്വദേശിയുമായ പുതിയ ആൾ കസേര നഷ്ടമാകാതെ നോക്കാൻ സകല അടവും പയറ്റാൻ കഴിയുന്ന വ്യക്തിയായിരുന്നു. ഏതായാലും ആദ്യത്തെ മീറ്റിങ്ങിൽ എനിക്ക് പിന്തുണ നൽകി കോപ്പി ഡെസ്ക് എന്ന് പറയാം, കോപ്പി എഡിറ്റർമാർക്ക് റിപ്പോർട്ടർമാർ സകല പിന്തുണയും കൊടുക്കണം എന്നു കൂടി പറഞ്ഞു. ഒരു കോപ്പി എഡിറ്റിങ് ടെസ്റ്റ് നടത്തിയാൽ ഞാൻ അതിൽ തോൽക്കും എന്ന മുൻവിധിയോടെ ആകണം മലയാളി മാഫിയ പുതിയ എഡിറ്ററിനെ കൊണ്ട് ഒരു മത്സരം നടത്തിച്ചു. പൊതുവെ മത്സരങ്ങളിലും സമ്മാനങ്ങളിലും താല്പര്യമില്ലാത്ത എനിക്ക് ഒഴിഞ്ഞു മാറാൻ കഴിഞ്ഞില്ല. എന്തെങ്കിലും സമ്മാനം ലഭിച്ചാൽ അതു സ്വീകരിക്കില്ല എന്നും അപ്പോഴേ മനസ്സിൽ കരുതിയിരുന്നു. ഇതറിയാതെ 'മലയാളി മാഫിയ' എനിക്കാണ് എഡിറ്റർ കൂടുതൽ മാർക്കു നൽകിയിരിക്കുന്നത് എന്നു കണ്ടപ്പോൾ അതിനെ എതിർത്തു. ആ സമയത്തു ഒരു വിസിറ്റിംഗ് എഡിറ്റർ ഉണ്ടായിരുന്നു. തീരുമാനം അദ്ദേഹത്തിന് വിട്ടു. അദ്ദേഹവും എന്റെ കോപ്പി മികച്ചതായി കണ്ടെത്തി. തർക്കം തുടരുന്നു എന്ന് കണ്ടപ്പോൾ ഒഫീഷ്യൽ ആയി എന്നെ മത്സരത്തിൽ നിന്ന് ഒഴിവാക്കി മറ്റുള്ളവർക്ക് സമ്മാനം കൊടുക്കണം എന്നൊരു മെയിൽ അയക്കേണ്ടി വന്നു. ഒടുവിൽ ആർക്കും ആർക്കും സമ്മാനം ഇല്ലാതെ അതവസാനിച്ചു.

എനിക്ക് പകരം വേറൊരാളെ നിയമിക്കാൻ പല നീക്കങ്ങളും പിന്നീടും തുടർന്നു. ഡെസ്കിലേക്കു പുതിയ ആളുകളെ ഇറക്കി പരീക്ഷണം നടത്തി, പരാജയപ്പെട്ടു. മലയാളി സംഘത്തിന്റെ കണ്ണിലുണ്ണിയായ ഒരു സ്ത്രീ കൂടി ജോയിൻ ചെയ്തതോടെ എന്റെ തലവേദന കൂടി. ജോലിയിൽ വേഗതയില്ല എന്നതോ പോകട്ടെ, നിരവധി തെറ്റുകൾ വരുത്തി പഴികൾ എന്നിലേക്ക് വരാൻ സാധ്യത ഉണ്ടെന്നു കരുതി ആ സ്ത്രീയെ വിളിച്ചു ശാസിക്കാതെ ഓരോന്ന് സ്വയം ഏറ്റെടുത്തു തിരുത്തി. ഒരു തിരക്കുള്ള ദിവസം മലപ്പുറം സ്വദേശിയായ അവർ നൈറ്റ് എഡിറ്ററിനെ കൊണ്ട് തിരുത്തിച്ചു ക്ലിയർ ചെയ്തു. അതിലെ തെറ്റിനു ഡെസ്ക് എഡിറ്റർ എന്ന നിലക്ക് എന്നെ പഴിചാരി അടുത്ത ദിവസം മീറ്റിങ് വിളിച്ചു കൂട്ടിയത് എന്റെ ക്ഷമയുടെ എല്ലാ അതിരുകളും പൊട്ടിച്ചു.

നിരന്തരം തെറ്റ് ചെയ്യുന്നവരെ ശാസിക്കണം എന്ന് തറപ്പിച്ചു പറഞ്ഞപ്പോൾ എന്റെ മുഖത്ത് നോക്കി ശബ്ദം ഉണ്ടാക്കാതെ എന്നെക്കാൾ പ്രായത്തിൽ കുറഞ്ഞ കണ്ണൂരുകാരനായ, അസിസ്റ്റന്റ് പദവിയിലേക്കു പലരേയും മറികടന്നു പുതിയ എഡിറ്റർ നിയമിച്ച വ്യക്തി ഡെർട്ടി ബിച്ച് എന്ന് ചീത്ത വിളിച്ചു. അതിനെ ചോദ്യം ചെയ്തപ്പോൾ ഞാൻ നുണ പറയുന്നു എന്ന് എല്ലാവരും ഒറ്റക്കെട്ടായി ആക്രമിക്കുകയാണ് ചെയ്തത്. ഞാൻ ഒറ്റപ്പെടുന്നു എന്ന് മനസിലായി. ഒരു നിസ്സാര കാര്യത്തിന് വെറുതെ ഓഫീസിൽ പൊലീസിനെ കയറ്റേണ്ട എന്ന അന്നത്തെ തീരുമാനത്തെ കുറിച്ച് എനിക്ക് ഇന്നും ഖേദമുണ്ട്.

ഈ സംഭവത്തിനും ഒരാഴ്ച മുൻപ് ഓഫീസിലെ പുരുഷാധിപത്യ സ്വഭാവങ്ങൾക്കെതിരെ ചില സ്ത്രീശബ്ദങ്ങൾ ഉയരാൻ തുടങ്ങിയിരുന്നു. പ്രതികരണശേഷി കൂടിയ എന്നോട് സൗഹൃദം കാട്ടാത്തവർ പോലും അടുത്ത് കൂടാനും തുടങ്ങിയിരുന്നു. അതൊക്കെയും ആത്മാർഥതയോടെ ആയിരുന്നു എന്നും ഞാനും തെറ്റിദ്ധരിച്ചു. വളഞ്ഞു കൂടി ആക്രമിച്ചതിനേക്കാൾ ചീത്ത വിളിച്ചത് മറക്കാൻ കഴിയാതെ വന്നപ്പോൾ ന്യൂസ്റൂമിലെ പുരുഷന്മാരുടെ പെരുമാറ്റം പ്രഫഷണൽ രീതിയിലല്ല എന്ന് കാണിച്ചു ഒരു പരാതി നൽകി. അത് ചർച്ച ചെയ്യാൻ വിളിച്ചു കൂട്ടിയ മീറ്റിങ്ങിൽ സകല സ്ത്രീകളും കാലു വാരിയതോടെ പരാതി നൽകിയ ഞാൻ വെട്ടിലായി. താൻ എന്ത് വേണമെങ്കിലും ചെയ്തോ, ഞങ്ങൾ കൂടെ ഉണ്ടെന്നു പറഞ്ഞ മലയാളിയും അല്ലാത്തവരുമായ സ്ത്രീ സഹപ്രവർത്തകർ, പുരുഷാധിപത്യം ഉണ്ടെന്നു പറഞ്ഞ സ്ത്രീ

ഉൾപ്പെടെ, എന്റെ കൺമുന്നിൽ മൊഴിമാറ്റി പറയുന്നത് കണ്ടു ഞെട്ടിത്തരിച്ചു. ഈ സ്ത്രീകൾക്ക് വേണ്ടി ആണല്ലോ ഞാൻ ഈ അബദ്ധം ചെയ്തത് എന്ന ചിന്തയിൽ മലയാളി സ്ത്രീകൾ മൊഴിയിൽ ഉറച്ചു നിന്നാലേ അതിശയിക്കേണ്ടതുള്ളൂ എന്നും മലയാളി പുരുഷന്മാരൊക്കെയും ഇങ്ങനെ സ്ത്രീകളെ മറ്റൊരു സ്ത്രീക്ക് എതിരെ പറയിപ്പിക്കുമെന്നും ഉറക്കെ പറയാതിരിക്കാൻ ആയില്ല. എച്ച് ആർ മാനേജർ പൂർണ ഗർഭിണിയായ ഒരു വടക്കേ ഇന്ത്യക്കാരി ആയിരുന്നു. ഒരു ചെറുപ്പക്കാരിക്ക് എന്താണ് നടക്കുന്നതെന്ന് മനസിലാക്കാൻ കഴിയുമെന്ന് ഞാൻ കരുതി.

എങ്ങനെ ഒരു സ്ത്രീക്ക് മറ്റു സ്ത്രീകളെ കുറ്റം പറയാൻ സാധിക്കുന്നു എന്ന് എന്നെ ചീത്ത വിളിച്ച വ്യക്തി തുടക്കമിട്ടതും ഒരു ആന്ധ്ര എഡിറ്റർക്ക് എനിക്ക് പെർസെക്യൂഷൻ കോംപ്ലക്സ് എന്നായി. കൊല്ലം സ്വദേശിയായ സഹപ്രവർത്തകനു ഞാൻ എന്തു കൊണ്ട് മറ്റു സ്ത്രീകളെ പോലെ പെരുമാറുന്നില്ല എന്ന് സംശയം. എല്ലാത്തിനുമൊടുവിൽ, യു ആർ എ ഫീമെയിൽ സെക്സിറ്റ് എന്ന് നിറവയറും വച്ച് കൊണ്ട് എച്ച് ആർ മാനേജർ പ്രഖ്യാപിച്ചു. മറ്റുള്ളവർ അതേറ്റുപിടിച്ചപ്പോൾ ദേഷ്യം എങ്ങോട്ടോ പോയിമറഞ്ഞു, പൊട്ടിച്ചിരിച്ചു കൊണ്ട് ആ ലേബൽ ഞാൻ സ്വീകരിച്ചിരിക്കുന്നു എന്ന് പറഞ്ഞു. അടുത്ത പുസ്തകത്തിന് നല്ലൊരു തലക്കെട്ട് നൽകിയതിന് നന്ദിയും പറഞ്ഞു.

തുടർന്ന് നടന്ന കത്തിടപ്പാടുകളിൽ പോലും ചീത്ത വിളിച്ചു എന്നതിന് തെളിവ് കൊടുക്കാൻ സാധിക്കാത്ത ഞാൻ സെക്സിസ്റ്റ് ആയി മുദ്ര ചെയ്യപ്പെട്ടു. എന്നോട് ആരും മോശമായി പെരുമാറിയിട്ടില്ല, മീറ്റിങിനിടയിൽ പെട്ടെന്ന് വിക്കിന്റെ രോഗം വന്നതാണ്, അല്ലാതെ ചീത്ത വിളിച്ചതല്ല എന്നും തീരുമാനമായി. തെളിവ് കൊടുക്കാൻ എനിക്ക് നിർദേശവും. അപമാനം നേരിടുന്ന സ്ത്രീകളുടെ മൊഴി മാത്രം മതി അധികാരികൾക്ക് പരാതി സ്വീകരിക്കാൻ എന്ന നിയമമുള്ള നാട്ടിൽ നിന്നുള്ള മാന്യദേഹങ്ങൾ എന്നതു പോട്ടെ, സാമൂഹ്യമാധ്യമങ്ങളിലും എഴുത്തിലും ഘോരഘോരം സ്ത്രീസമത്വത്തിനു വേണ്ടി വാദിക്കുന്നവരുടെ ഇരട്ടത്താപ്പു കണ്ടു മൂക്കത്തു വിരൽ വെച്ചുപോയ ദിവസങ്ങൾ ആയിരുന്നു അത്.

രാജിക്കൊരുങ്ങിയ എന്നെ എഡിറ്റർ അവിടെത്തന്നെ പിടിച്ചു നിർത്തി. റീറൈറ്റിങ് ഡെസ്കിൽ നിന്നു നല്ലൊരു യു എ ഇ നാഷണൽ ഡെസ്ക് എന്ന നിലയിലേക്ക് എന്റെ ശ്രമങ്ങൾ ഫലവത്താ

ണ് എന്ന് എഡിറ്റർമാർക്കു തന്നെ മനസ്സിലായിരുന്നു. നീട്ടിപ്പരത്തി എഴുതുന്ന റിപ്പോർട്ടിങ് ശൈലിയിൽ നിന്നുമാറി കാച്ചിക്കുറുക്കി എഴുതുകയാണ് ഡിജിറ്റൽ മീഡിയയുടെ കാലത്ത് പത്രപ്രവർത്തകർ ചെയ്യേണ്ടത് എന്ന എന്റെ ആദ്യത്തെ നിർദേശമാണ് പലരെയും എന്നെ ശത്രു ആയി കാണാൻ പ്രേരിപ്പിച്ചത്. ഒടുവിൽ മെയിൻ പേജുകളിൽ വാർത്തകൾ അങ്ങനെ ആയി. ഒപ്പം അന്നുവരെ ആ പത്രത്തിൽ ഇല്ലാതിരുന്ന ഗ്രാഫിക്സുകൾ നിറയാൻ തുടങ്ങി. അങ്ങനെ പല നല്ല മാറ്റങ്ങളും പത്രത്തിൽ അക്കാലത്തുണ്ടായി. ഒപ്പം അനാവശ്യ നിയമനങ്ങളും പുതിയ എഡിറ്റർ നടത്തിക്കൊണ്ടിരുന്നു. അതൊന്നും എന്നെ ബാധിക്കുന്ന പ്രശ്നമായി കണ്ടിരുന്നില്ല. അപ്പോഴും അടിച്ചമർത്തലുകൾക്കെതിരെ നിലപാടെടുക്കുക തന്നെ ചെയ്തു. അതിൽ എനിക്കെതിരെ മുന്നിൽ നിന്നതു മലയാളികളായിരുന്നു എന്നതാണ് ഖേദകരം.

എല്ലാ പെണ്ണുങ്ങളെയും പോലെ പെരുമാറാൻ പറഞ്ഞ വിദ്വാനോട് അത്തരം വർത്തമാനമൊക്കെ വീട്ടിലെ പെണ്ണുങ്ങളോട് പോയി പറഞ്ഞാൽ മതിയെന്ന് പറഞ്ഞതു കൊടിയ അപരാധമായി. അയാൾ എന്നോട് തട്ടിക്കയറിയത് ആർക്കും പ്രശ്നമായതുമില്ല. ഖലീജിൽ എത്തുമ്പോൾ, മലയാളം പത്രത്തിലെ ജോലിക്കാലത്തു ചെയ്ത മാവോയിസ്റ്റ് നേതാക്കളുമായുള്ള അഭിമുഖത്തിന്റെ പേരിൽ, ഞാനൊരു മാവോയിസ്റ്റാണ് എന്നും ഇൻവെസ്റ്റിഗേറ്റിവ് ജേർണലിസ്റ്റാണ് സൂക്ഷിക്കണം എന്നും ചില മലയാളികൾ ഇവരോടൊക്കെ പറഞ്ഞിരുന്നു. അതുകൊണ്ടാകാം ആദ്യം മുതൽക്കേ ഇവിടെ നോട്ടപ്പുള്ളിയായത്.

എന്തായാലും പോകുന്നിടത്തെല്ലാം പാരകൾ എന്ന വർഗം എന്നെ വിടാതെ പിന്തുടർന്നു കൊണ്ടിരുന്നു. അന്ത്യന്തം കലുഷിതമായ അന്തരീക്ഷത്തിൽ നിന്നൊരു മോചനമായി തോന്നി ഒരു മാസത്തെ വാർഷികാവധി എത്തിയപ്പോൾ. അപ്പോഴേക്കും എല്ലാവരും എല്ലാം മറന്നമട്ടിൽ ആയിരുന്നു പെരുമാറിയിരുന്നതും. എന്നാൽ അനുജത്തി മാത്രം മുന്നറിയിപ്പ് നൽകി. വേറൊരു ജോലി നോക്കാനും അവൾ പറഞ്ഞു. അപ്പോഴേക്കും ജോലികൾ മാറി മാറി എനിക്ക് മടുത്തു കഴിഞ്ഞിരുന്നു. ഞാൻ അവളുടെ മുന്നറിയിപ്പ് കാര്യമാക്കിയില്ല. അങ്ങനെ ഒരു മാസം നാട്ടിൽ സന്തോഷത്തോടെ അതിലേറെ സമാധാനത്തോടെ ചെലവിട്ടു.

ആ ഒരു മാസത്തെ അവധി കഴിഞ്ഞെത്തുമ്പോൾ പക്ഷേ, അണിയറയിൽ എന്തോ ചരടുവലികൾ നടന്നതു പോലെ

തോന്നി. ഒരു ദിവസം പതിവ് പോലെ തിരക്കിട്ടു ജോലി ചെയ്യുന്ന തിനിടയിൽ ഫോട്ടോ ഡെസ്കിലേക്കു പാഞ്ഞു പോകുന്ന എന്നെ തടഞ്ഞുനിർത്തി മുൻപ് തള്ളിപ്പറഞ്ഞ മലയാളി സ്ത്രീ. ഒപ്പം അവളുടെ കൂട്ടുകാരികളും ഉണ്ട്. വാടാ, പോരിന് വാടാ എന്ന മട്ടിലാണല്ലോ നടപ്പ്, തനിക്കു സ്ത്രീകളെ പോലെ നടന്നു കൂടെ എന്നായി അവർ. അതു കേട്ട് എല്ലാവരും കൂടി ചിരിക്കാൻ തുടങ്ങി. ഞാൻ മറുപടി പറയാതെ ഫോട്ടോ ഡെസ്കിലേക്കു പോയി. തിരികെ വീണ്ടും അവരുടെ മുന്നിൽ എത്തിയപ്പോൾ വീണ്ടും അവർ ചിരിക്കാൻ തുടങ്ങി. അതോടെ എല്ലാ ദേഷ്യവും കൂടി എന്നിൽ അരിച്ചെത്തി. പണ്ടെന്നെ തള്ളിപ്പറഞ്ഞതും കൂടി ചേർത്ത് ഒരു മറുപടി ഞാൻ കൊടുത്തു. ഞാൻ അങ്ങനെ നടക്കുന്നത് എന്തെന്നോ, അത് തന്തക്കു പിറന്നത് കൊണ്ടാണെന്നായിരുന്നു എന്റെ മറുപടി. അതുകേട്ടതും അവളുടെ മുഖം വിളറി, പക്ഷേ, വിടാൻ ഭാവമില്ലാതെ, അപ്പോൾ ബാക്കിയാരും തന്തക്കു പിറക്കാത്തവർ ആണെന്നാണോ എന്നായി അവർ. ഞാൻ നടക്കുന്നത് എന്റെ അച്ഛനെ പോലെ. അതുകൊണ്ടാണ് തന്തക്കു പിറന്നത് എന്ന് പറഞ്ഞത്. മറ്റുള്ളവരുടെ കാര്യം എനിക്കറിയില്ല എന്ന് പറഞ്ഞു. ഞാൻ ഉദ്ദേശിച്ചത് എന്താണെന്ന് അവൾക്കും എനിക്കും മനസ്സിലായി.

മലയാളി സ്ത്രീക്ക് വേണ്ട ഗുണഗണങ്ങൾ എല്ലാം ഉണ്ടെന്നു പറയപ്പെടുന്ന സ്ത്രീയുടെ തനിനിറമാണ് എന്നോടുള്ള ആ പെരുമാറ്റത്തിൽ കണ്ടത്. അതിന്റെ തുടർച്ച ആയിരുന്നോ അതോ അതിനും മുൻപേ എന്റെ അവസാനം കുറിക്കപ്പെട്ടിരുന്നോ എന്നറിയില്ല, ഏതായാലും അധികനാൾ മലയാളി മാഫിയ സംഘം എന്നെ അവിടെ പിടിച്ചു നില്ക്കാൻ സമ്മതിക്കില്ല എന്നെനിക്ക് അതോടെ മനസ്സിലായി. നാട്ടിൽ പോകുന്നതിനു മുൻപായി വീട് പണി നടക്കുകയാണ്, ചിലപ്പോൾ അടിയന്തരമായി ഒന്നോ രണ്ടോ ദിവസത്തേക്കൊക്കെ പോകേണ്ടി വരും എന്നൊക്കെ എഡിറ്റർമാരോട് പറഞ്ഞിരുന്നു.

അതിനും മുൻപ്, രാജി വയ്ക്കണം എന്ന ചിന്ത കൂടിയ ഒരു നേരത്ത് പിടിച്ചുനിൽക്കുക എന്ന ഉദ്ദേശത്തോടെ പതിനഞ്ചു വർഷം നീണ്ട പ്രവാസജീവിതത്തിൽ ആദ്യമായി ഒരു ലോൺ എടുത്തിരുന്നു. എല്ലാം അറിഞ്ഞുവെച്ചു കൊണ്ട് നിർദാക്ഷിണ്യം എന്നെ പിരിച്ചുവിടുന്നതിൽ ചുക്കാൻ പിടിച്ചത് മലയാളികൾ!

തുടർന്നു വന്നത് ഒരു ലേ ഓഫ് നാടകം. ഈ സമയത്താണ് മറ്റൊരു സംഭവം നടക്കുന്നത്. മറ്റുള്ള സ്ത്രീകളെ പോലെ പെരു

മാറാൻ എന്നോടു പറഞ്ഞ വിദ്വാന്റെ ഭാര്യ, അവന്റെ പണി പോയെന്നു കേൾക്കുന്നുവെന്നു പറഞ്ഞ് മെസഞ്ചറിൽ നിലവിളി ആരംഭിച്ചു. അവർ തമ്മിൽ വിവാഹമോചനത്തിന് വേണ്ടി യുദ്ധം നടത്തുന്ന കാലമാണ്. അവന്റെ ജോലി പോയാൽ പിള്ളേരുടെ കാര്യം പരുങ്ങലിൽ ആകുമെന്ന് അവൾ വേവലാതിപ്പെട്ടു. എന്നാൽ കുറി വീണത് എനിക്കാണല്ലോ. വിവരമറിഞ്ഞപ്പോൾ മാധ്യമപ്രവർത്തകയായ അവളുടെ മെസ്സേജ് എത്തി, ഒരിക്കലും ഒരു മനുഷ്യത്വമുള്ള വ്യക്തി അയക്കാൻ പാടില്ലാത്ത മെസേജ്.

ഞാനതു വായിച്ചു.

'ഇപ്പോഴാണെനിക്കു സമാധാനമായത്, അവന്റെ ജോലി പോയില്ലല്ലോ. എന്റെ വരുമാനം മുടങ്ങിയില്ലല്ലോ.'

ഇതായിരുന്നു ആ ടെക്സ്റ്റ്.

നറുക്കിട്ടാണ് ആ സ്ഥാപനത്തിൽ ലേഓഫ് പരിപാടി നടത്തുന്നതെന്ന് അഡ്മിനിസ്ട്രേഷൻ വിഭാഗത്തിൽ ജോലി ചെയ്തിരുന്ന ഒരു സ്ത്രീ പിന്നീട് പറഞ്ഞു. മറ്റുള്ളവരോട് കാട്ടിയ തർക്കുത്തരവും അനുസരണക്കേടും മാത്രമല്ല ആ ഓഫീസിൽ ഞാൻ ചെയ്ത കൊടിയ അപരാധം, കടം വാങ്ങിയ പണം തിരിച്ചു ചോദിച്ചു എന്നതും കൂടിയായിരുന്നു. നാട്ടിൽ പോകുന്ന സമയത്തു ചെലവുകൾ കൂടിയതിനാൽ നൈറ്റ് എഡിറ്ററിനോട് ജോയിൻ ചെയ്ത നാളിൽ എന്നോടു കടം വാങ്ങിയ പണം തിരികെ ചോദിച്ചിരിക്കുന്നു. അഞ്ചക്ക ശമ്പളം വാങ്ങുന്ന നൈറ്റ് എഡിറ്റർ പുതിയതായി ജോയിൻ ചെയ്യുന്നവരോട് വീട്ടിലെ പരാധീനങ്ങൾ പറയുകയും, ഭാര്യയെ കുറ്റം പറഞ്ഞു സഹപ്രവർത്തകരുടെ സിമ്പതി പിടിച്ചുപറ്റി പണം കടം വാങ്ങുകയും ചെയ്യുന്നതു പതിവായിരുന്നു. ഇതേക്കുറിച്ച് ഓഫീസ് പ്യൂൺ എനിക്കു മുന്നറിയിപ്പ് നൽകും മുൻപേ നല്ലൊരു തുക എന്റെ കയ്യിൽ നിന്നും അയാൾ കൈപ്പറ്റിയിരുന്നു. ഫീമെയിൽ സെക്സിറ്റ് ആയ സ്ഥിതിക്ക് രണ്ടു വർഷത്തിന് ശേഷം കടം കൊടുത്ത പണം തിരികെ ചോദിച്ചതോടെ നൈറ്റ് എഡിറ്ററിൽ നിന്നും എഡിറ്ററുടെ ചുമതല കൂടി കിട്ടിയതോടെ അധികാരം തലയ്ക്കു പിടിച്ച അദ്ദേഹത്തിനെന്നോടു പ്രതികാരബുദ്ധിയായി. അതോടെ നറുക്കിൽ എന്റെ പേരു തെളിഞ്ഞു.

എന്നെ പ്രതിക്കൂട്ടിലാക്കിയ സംഭവവികാസങ്ങൾ നടക്കുന്നതിന് തൊട്ടു മുൻപ് എഡിറ്റർ രാജിവച്ചു പോയിരുന്നു. അതിനും കാരണമായത് മലയാളി മാഫിയ എന്നാണ് പൊതുവെയുള്ള സംസാരം. അതോടെ ഒരിക്കൽ അനഭിമതനായിരുന്ന നൈറ്റ്

എഡിറ്ററിനെ പത്രമേൽപ്പിക്കാതെ മാനേജുമെന്റിനും മുന്നോട്ടു പോകാൻ സാധിക്കില്ലായിരുന്നു. ഇന്ത്യയിലെ മാധ്യമ മേഖല പോലെയല്ല യു.എ.ഇ യിൽ. അവിടെ പത്രമുടമയെ ആരും കാണുന്നില്ല. അവർ ഇടയ്ക്കു വന്നുപോയാൽ പോലും ആരും തിരിച്ചറിയുകയുമില്ല. ടോപ് ലെവലിൽ ഉള്ളവരെ മാത്രമേ അറബികൾ നേരിട്ട് കാണുകയുള്ളൂ. അതുകൊണ്ടു തന്നെ ന്യൂസ്റൂമിൽ നടക്കുന്ന നാടകങ്ങൾ അവർക്കറിയില്ല, അവർക്കറിയാൻ താല്പര്യവുമില്ല. വർഷാവർഷം കിട്ടുന്ന ലാഭമൊഴികെ ജീവനക്കാരൊക്കെ വെറും തൊഴിലാളികൾ ആണവർക്ക്. മാധ്യമപ്രവർത്തകർ എന്ന നിലക്കുള്ള യാതൊരു മുൻഗണനയും ആർക്കുമില്ല. പക്ഷേ, സ്ത്രീകൾക്കു പ്രത്യേക പരിരക്ഷ അവർ നൽകും.

എന്നാൽ ഒരു പ്രശ്നമുണ്ടായാൽ അതവരുടെ ശ്രദ്ധയിൽപ്പെടുത്താനാകുക ഏതാണ്ട് അസാധ്യവും. ഇടനിലക്കാർ തന്നെ പ്രതികൾ. തൊഴിൽ മന്ത്രാലയത്തിലോ പോലീസിന്റെ പോയാൽ സമയ-ധന നഷ്ടം എന്നതൊഴികെ മറ്റൊന്നും വൈറ്റ് കോളർ തൊഴിൽ ചെയ്യുന്നവർക്ക് ലഭിക്കുകയുമില്ല. അപൂർവം ചില കേസുകളിൽ തൊഴിലാളിക്ക് അനുകൂലമായ വിധി വരും എന്നതൊഴികെ മിക്കതും തൊഴിലുടമക്ക് അനുകൂലമായേ വിധി വരാറുള്ളൂ. കാരണം യുഎഇ യെ സംബന്ധിച്ചു പണം മുടക്കുന്ന നിക്ഷേപകരാണ് പ്രധാനപ്പെട്ടവർ. എല്ലാത്തിനും എതിരായി സാമൂഹിക മാധ്യമത്തിൽ പരസ്യമായ പ്രതിഷേധം രേഖപ്പെടുത്തിയ എന്നോട് രേഖാമൂലം പരാതി നൽകാൻ തൊഴിൽ മന്ത്രാലയം രഹസ്യമായി ആവശ്യപ്പെട്ടു. സമ്മർദ്ദം താങ്ങാനാകാതെ പോയത് എനിക്കല്ല, എന്റെ അനുജത്തിക്കായിരുന്നു. അവളുടെ ആരോഗ്യാവസ്ഥ കണക്കിലെടുത്ത് ഒരിക്കൽ കൂടി ഞാൻ ഉൾവലിഞ്ഞു.

പുതിയ ജോലി കണ്ടെത്താൻ ശ്രമം ആയി. വീട് പൊളിച്ചു കഴിഞ്ഞിരുന്നത് കൊണ്ട് നാട്ടിൽ മടങ്ങിപ്പോകാനും സാധിക്കുമായിരുന്നില്ല. പക്ഷേ ഖലീജ് ടൈംസ് എന്ന പത്രത്തിൽ ജോയിൻ ചെയ്ത ശേഷം നന്നായി ഉറങ്ങിയത് അവിടെ നിന്ന് ഇറങ്ങിയ ദിവസമാണ്. ഇതൊരു പത്രത്തിലെ വനിതാ ജീവനക്കാരുടെ മാത്രം പ്രശ്നമായി കാണുന്നില്ല. സ്ത്രീകൾക്ക് വേണ്ടി വാദിക്കാൻ പോയാൽ സ്ത്രീവിരുദ്ധയാക്കുകയും പുരുഷന്മാർക്കൊപ്പം നിൽക്കാൻ രണ്ടാമതൊന്നാലോചിക്കാത്ത ഫെമിനിസത്തിന്റെ മൂടുപടമിട്ട സ്ത്രീകളെ പലയിടത്തും കാണാം.

മീടൂ എന്നു പറയാൻ കാണിക്കുന്ന ധൈര്യം പോലും ഒരു പൊ

തുനന്മക്കു വേണ്ടി മറ്റൊരു സ്ത്രീയെ പിന്തുണക്കാൻ കൊടിയുടേയും മതത്തിന്റേയും സൗഹൃദത്തിന്റേയും പേരിൽ സാധിക്കാത്ത സ്ത്രീകളുടെ ഇടയിൽ ഒരു ആന്റിഹീറോ ലേബലായ ഫീമെയിൽ സെക്സിസ്റ്റ് എന്ന ലേബൽ സ്വീകരിക്കാൻ ഇന്നെനിക്കു യാതൊരു മടിയുമില്ല.

നിങ്ങളെന്നെ ഫീമെയിൽ സെക്സിറ്റ് ആക്കിയതിൽ സന്തോഷം മാത്രം. മനുഷ്യപക്ഷത്തു നിന്ന് അനീതികൾ തിരിച്ചറിഞ്ഞു സ്ത്രീകൾക്കും പുരുഷന്മാർക്കും വേണ്ടി ഒരു പോലെ ശബ്ദമുയർത്താൻ അതാണ് ഉചിതം.

○○

എട്ട്

ആശ്വാസമായി കംബോഡിയ

ഖലീജ് ടൈംസ് വിട്ടുകഴിഞ്ഞ് രണ്ടു വർഷം കൂടി യുഎഇ-യിൽ തുടർന്നു. പക്ഷേ, വിദേശവാസം അവസാനിപ്പിച്ചു ഇന്ത്യയിൽ സ്ഥിരമാക്കാൻ തീരുമാനിച്ച എനിക്ക് വിധി കരുതി വച്ചിരുന്നത് മറ്റൊരു വിദേശ രാജ്യമായ കംബോഡിയ! മനംമടുപ്പിക്കുന്ന യാഥാസ്ഥിതിക കേരളത്തിൽ നിന്നു രക്ഷപ്പെട്ടു പോൾപോട്ടിന്റെ കിരാതമായ നടപടികൾക്ക് ഇരയായ ജനങ്ങൾക്കിടയിലേക്കു വരാൻ രണ്ടാമതൊന്ന് ആലോചിക്കേണ്ടി വന്നില്ല. പുതിയ ഒരു രാജ്യത്തെക്കുറിച്ച് അറിയാനും പഠിക്കാനും കിട്ടുന്ന അവസരമായി കരുതി. പക്ഷേ, അവിടെയും ഖലീജ് ടൈംസിന്റെ പ്രേതം കുടിയിരിക്കുന്നുണ്ട് എന്ന് അറിഞ്ഞത് ജോയിൻ ചെയ്ത ശേഷം. പത്രത്തിൽ അവസരം ലഭിച്ച ശേഷം തുടർ നടപടികൾക്കായി കാത്തിരിക്കുമ്പോൾ ചെറിയ ഒരിടവേള വന്നു. പിന്നീടാണ് അറിഞ്ഞത് ഫീമെയിൽ സെക്സിസ്റ്റ് ലേബലിന് ഇടയാക്കിയ സംഭവത്തിൽ മലക്കം മറിഞ്ഞ സ്ത്രീയുടെ വർഷങ്ങളായി അകന്നുകഴിയുന്ന ഭർത്താവ് എന്നെ ജോലിക്കെടുക്കരുത്, സ്ത്രീവാദിയാണ്, സ്ഥാപനത്തിന് എതിരായി സ്ത്രീകളെ പ്രവർത്തിക്കാൻ പ്രേരിപ്പിക്കുന്ന സ്വഭാവമുള്ള ആളാണ് എന്നു പറഞ്ഞു പിന്തിരിപ്പിക്കാൻ ഒരു ശ്രമം നടത്തിയെന്ന്.

അറബികളെ പോലെ സ്തുതിപാഠകർ പറയുന്നത് അപ്പടി വിശ്വസിക്കാത്ത വ്യക്തിത്വം ഉള്ള ആളാണ് പത്രമുടമ. അതുകൊണ്ടാകും ആ കുത്തിത്തിരുപ്പു നടക്കാതെ പോയത്. അയാളുടെ ഡിപ്പാർട്മെന്റിൽ പോലും അല്ലാത്ത, എന്നെ നേരിട്ടു പരിചയമില്ലാത്ത ആ വ്യക്തി, എനിക്കു തടയിടാൻ നോക്കിയത് ഭാര്യയോടുള്ള സ്നേഹം കൊണ്ടല്ല എന്ന് വ്യക്തമാണ്. മലയാളികൾ ആരുമില്ല എന്ന ധാരണയിലാണ് കംമ്പോഡിയയിലേക്കു വന്നത് എന്ന് പറഞ്ഞ് ഈ സംഭവത്തെ ചിരിച്ചു തള്ളുക മാത്രം ചെയ്തു. പാര പണിയാൻ നോക്കിയ മലയാളി എന്റെ ഡിപ്പാർട്മെന്റിൽ അല്ലാത്തത് കൊണ്ടും പത്രമുടമ ചെയ്യുന്ന ജോലിയെ മാത്രം വിലയിരുത്തുന്ന വ്യക്തിയായതു കൊണ്ടു കംബോഡിയയിൽ തുടരാമെന്ന് കരുതി. എന്നാൽ എന്റെ മുന്നിൽ പ്രഹേളികയായി തുടരുന്നത് വിദേശരാജ്യങ്ങളിൽ ജോലി ചെയ്യുന്ന മലയാളികളുടെ വിചിത്രമായ സ്വഭാവ സവിശേഷതയാണ്. ഇര സിംഗിൾ ആണെന്ന് കണ്ടാൽ പാര പണിയുടെ തീവ്രത കൂടുകയും ചെയ്യും. അതിനു ആൺപെൺ

വ്യത്യാസമില്ല. തലമുറകളായി മറ്റേതെങ്കിലും രാജ്യത്ത് കുടിയേറിയ മലയാളിയാണെങ്കിലും പാട്രിയാർക്കി സടകുടഞ്ഞ് എഴുന്നേൽക്കും പലരിലും. പത്രപ്രവർത്തനത്തെ വെറുമൊരു വരുമാനമാർഗമായിട്ടല്ല കണ്ടിട്ടുള്ളത്. ജീവവായുപോലെ പ്രധാനമാണ് എനിക്കത്. അതു തട്ടിത്തെറുപ്പിക്കാനാണ് പലരും ശ്രമിച്ചത്. അതുകൊണ്ടാകാം പ്രതിബന്ധങ്ങൾ ഉണ്ടാകുംതോറും യാതൊരു ബാഹ്യഇടപെടലുകളും ഇല്ലാതെ കഴിവിനൊത്ത അവസരങ്ങൾ വീണുകിട്ടുന്നതും. കൃത്രിമത്വം അടിമുടി നിറഞ്ഞ യു.എ.ഇയിൽ ചെലവിട്ട നീണ്ട 16 വർഷത്തെ മടുപ്പിൽ നിന്നുള്ള വിടുതൽ കൂടിയാണ് ഇപ്പോൾ കംബോഡിയയിൽ എനിക്കു ലഭിക്കുന്നത്.

മീഡിയരംഗത്തു നിന്നും ഉണ്ടായത് തിക്താനുഭവങ്ങൾ മാത്രമല്ല. അതിനെ എടുത്തു പറയേണ്ടതുണ്ട്. കാരണം, എപ്പോഴും സാമൂഹികസൂചികയിൽ എല്ലാത്തിനേക്കാളും ഒരുപടിയെങ്കിലും മുന്നിൽ നിൽക്കേണ്ടതാണ് പത്രപ്രവർത്തനം ഉൾപ്പെടുന്ന മാധ്യമരംഗം. പത്രപ്രവർത്തന പരിചയത്തിൽ നിന്നും മനസ്സിലാക്കിയത് സമൂഹത്തിൽ കാണുന്ന പുരുഷാധിപത്യ സ്വഭാവത്തിന്റെയും പരിച്ഛേദമാണ് ഫോർത്ത് എസ്റ്റേറ്റ് എന്നു വിശേഷിക്കപ്പെടുന്ന മാധ്യമമേഖല എന്നാണ്. പുസ്തകത്തിലെ ആദ്യഭാഗത്തെ കുറിപ്പുകൾ സമൂഹത്തിൽ നടമാടുന്ന അനീതികളോടുള്ള കലഹങ്ങളും അസഹിഷ്ണതകളുമായിരുന്നു. അതു ജീവിതത്തിൽ അനുഭവിക്കേണ്ടി വന്നപ്പോൾ പിന്തിരിഞ്ഞോടിയില്ല. ലഭിക്കാവുന്ന സ്ഥാനലബ്ധികളേക്കാൾ സ്ത്രീയെന്ന നിലയ്ക്ക് ആത്മാഭിമാനത്തിനായി ഏത് അരിക്കൊമ്പനു മുന്നിലും പിടിച്ചുനിന്നു. അതിനു കിട്ടിയ ചെല്ലപ്പേരാണ് ഫീമെയ്ൽ സെക്സിസ്റ്റ്. ഒരു സ്ഥാപനത്തിലെ സഹപ്രവർത്തകരാണ് ആ വാക്ക് പ്രയോഗിച്ചതെങ്കിലും മറ്റുള്ള സ്ത്രീകളെ പോലെ പെരുമാറിക്കൂടേ എന്ന് എല്ലായിടത്തു നിന്നും കേൾക്കേണ്ടി വന്നിരുന്നു. മാധ്യമമേഖലയിലെ പുരുഷാധിപത്യ സ്വഭാവം ഏതെങ്കിലുമൊരു ദേശത്ത് മാത്രം ഒതുങ്ങുന്നതല്ലാത്തതു കൊണ്ട് ചരിത്രം ആവർത്തിക്കാം, ആവർത്തിക്കാതിരിക്കാം. കാലം ഉണക്കാത്ത മുറിവുകളില്ലെന്നു പറയാറുണ്ട്. വാസ്തവത്തിൽ മുറിവ് അവിടെ അവശേഷിക്കും. അതിന്റെ തീവ്രത അവരവരുടെ മനോബലം അനുസരിച്ച് കാലക്രമേണ കൂടിയും കുറഞ്ഞുമിരിക്കും. ഇതിനിടയിൽ കാലം ചില നെറികേടുകൾക്ക് പകരം നന്മകൾ ജീവിതത്തിൽ നൽകും. അതിനെ കാവ്യനീതി എന്നു വിശേഷിപ്പിച്ച് ആശ്വസിക്കാം.

○○

www.ingramcontent.com/pod-product-compliance
Lightning Source LLC
LaVergne TN
LVHW060127051026
849517LV00007B/2424
* 9 7 8 9 3 9 1 0 8 5 8 5 8 *